I0633201

दाह

जयंत जोगळेकर

दिलीपराज प्रकाशनाची सर्व पुस्तके आता आपण Online खरेदी करू शकता. आमच्या website ला कृपया अवश्य भेट द्या.
www.diliprajprakashan.in

दाह

देव असोत की मानव; कामदेवाच्या पाशातून कुणीच सुटत नाहीत. कामभावनेचे पदर उलगडून दाखवणाऱ्या सहा कथा

जयंत जोगळेकर

दिलीपराज प्रकाशन प्रा. लि.

२५१ क, शनिवार पेठ, पुणे - ४११ ०३०

प्रकाशक

राजीव दत्तात्रय बर्वे,
मॅनेजिंग डायरेक्टर,
दिलीपराज प्रकाशन प्रा. लि.,
२५१ क, शनिवार पेठ, पुणे - ४११ ०३०
फॅक्ससहित फोन नं.
२४४७१७२३, २४४९५३१४, २४४८३९९५
diliprajprakashan@yahoo.in

© प्रकाशकाधिन

जयंत जोगळेकर

नाशिक
फोन - ०२५३ - २५८०८६४
jhjoglekar@gmail.com

प्रथमावृत्ती - २५ मार्च २०१३

प्रकाशन क्रमांक - १९९०

ISBN : 978 - 81 - 7294 - 998 - 3

टाईपसेटिंग

सौ. मधुमिता राजीव बर्वे
पितृछाया मुद्रणालय,
९०९, रविवार पेठ, पुणे - ४११ ००२

मुखपृष्ठ : सुहास चांडक

रश्मी आणि राहुलसाठी

मनोगत

धर्म, अर्थ, काम आणि मोक्ष हे चार पुरुषार्थ हिंदू तत्त्वज्ञानात उल्लेखिलेले आहेत. गृहस्थाने केवळ धर्माचरण आणि अर्थार्जन करून भागत नाही; तर मोक्षप्राप्तीसाठी ''सकाम'' कर्म अनिवार्य असते.

आद्य शंकराचार्य जेव्हा इहलोकातील अवतार संपवून मोक्षाच्या मार्गावर होते, तेव्हा देवी सरस्वतीने त्यांना तिसऱ्या पुरुषार्थाची आठवण करून दिली. मग त्यांनी एका मृत राजाच्या शरीरात योगसामर्थ्याने प्रवेश केला आणि एक रात्र राणीवशात घालवली. तेव्हा त्यांचा मार्ग मोकळा झाला.

प्रकृती आणि पुरुष यांच्या मीलनातून हे विश्व उत्पन्न झाले. उत्पत्ती, संवर्धन आणि विनाश या चक्रातून चराचर सृष्टी जाते. कामाच्या प्रभावामुळे प्राणिमात्रात प्रजोत्पादन होते.

जेव्हा शिवशंकरांनी क्रोधाच्या भरात कामदेवाला भस्मसात केले, तेव्हा सृष्टिचक्र थांबले. सर्व देवांच्या विनवणीमुळे शंकरांनी कामाला सजीव केले; पण त्याला शरीर मात्र दिले नाही. ह्या अनंगाची सत्ता फक्त मानवांवरच नाही, तर देवांवरही चालते. कामातुरांना भय आणि लज्जा नसते. यम आणि यमी ही जुळी दैवते होती. कामातुर यमी यमाकडे भोग मागते. देवाधिदेव इंद्र अहल्येची आस धरून गौतम ऋषींच्या शापाला

पात्र होतो. अग्निदेवाला सप्तर्षींच्या बायकांची लालसा लागते. अनेक ऊर्ध्वरेत ऋषी इंद्राने पाठवलेल्या अप्सरांना भुलून आपले तप:सामर्थ्य घालवून बसतात. इंद्रपदी पोचलेला नहुष इंद्रपत्नी शचीच्या मोहामुळे पदच्युत होतो. राजा ईडिपस आपल्या आईशी रममाण होतो.

सिगमंड फ्रॉइड नावाचा एक प्रख्यात मानसशास्त्रज्ञ होता. काम आणि मनोव्यापार यांविषयीचे त्याचे निष्कर्ष आजही प्रमाणभूत मानले जातात. सर्व मानसिक आजारांचे कारण अतृप्त कामभावनाच असते, असा सिद्धान्त त्याने मांडला होता.

जगातल्या सर्व प्रसिद्ध आणि मनोज्ञ साहित्याचा उगम कामभावनेतूनच झालेला आहे. सुरतात मग्न असलेल्या क्रौंचयुगुलावर निषादाने सोडलेल्या बाणातून वाल्मीकींना रामायण स्फुरले. रावणाला असलेल्या सीतेच्या अभिलाषेतून रामायण घडले. द्रौपदीचे रूप हे भारतीय युद्धाला कारणीभूत होते. ग्रीसमधल्या रूपसुंदरी हेलेनमुळे झालेल्या ट्रोजन युद्धावर दोन अमर कलाकृती – इलियड आणि ओडिसी– बेतलेल्या आहेत.

आपल्या आयुष्याच्या पटलातही कामाचे धागे विणलेले असतात. ते धागे उलगडून दाखवणाऱ्या ह्या सहा कथा.

अनुक्रमणिका

१.

अतृप्त

एप्रिल १९६१

दैनिक समाचार, गव्हाण

दत्तमंदिरात दुहेरी भीषण खून

(आमच्या खास वार्ताहराकडून)

गव्हाण दि.१४ : येथील सुप्रसिद्ध एकमुखी दत्तमंदिरात काल रात्री झालेल्या दुहेरी खुनामुळे गावात एकच खळबळ माजलेली आहे. गव्हाण गावातले हे मंदिर शंभर वर्षांहून जुने असून ते गव्हाणकर महाराजांच्या राहत्या वाड्याचा एक भाग आहे. गव्हाणकर महाराज हे अक्कलकोटच्या स्वामी समर्थांचे गुरुबंधू होते. ते ब्रह्मचारी होते. त्यांच्या निधनानंतर हा वाडा आणि मंदिर त्यांचे पुतणे सदाशिवराव गव्हाणकर यांच्याकडे वारसाने आले. ते प्रखर दत्तभक्त म्हणून प्रसिद्ध होते. त्यांच्या पत्नीच्या निधनानंतर तरुण वयातच संन्यास घेऊन ते हिमालयात निघून गेले. त्यांचा वारसा त्यांच्यानंतर त्याचे सुपुत्र नारायण यांनी सांभाळला. नारायणराव आणि त्यांची बहीण अनसूया या वाड्यात राहत असत. मंदिराच्या पूजेचे काम भाटेगुरुजी करीत.

काल शेजारतीनंतर मंदिर बंद करून भाटेगुरुजी परतले तेव्हा नारायणरावांनी वाड्याचा दरवाजा आतून बंद करून घेतला होता. आज काकडआरतीला भाटेगुरुजी गेले, तेव्हा दरवाजा उघडला गेला नाही. वाड्याच्या भिंतीवर एका मुलाला त्यांनी चढायला सांगितले तेव्हा मंदिरात नारायणराव आणि अनसूया मृत अवस्थेत पडलेले आढळले. सगळीकडे रक्ताचा चिखल झाला होता, असे भाटेगुरुजींनी या वार्ताहराला सांगितले.

नारायणराव अत्यंत मनमिळाऊ आणि मेहनती व्यावसायिक म्हणून सगळ्या खानदेशात प्रसिद्ध होते. ते अजातशत्रू होते. वाड्यातून किंवा मंदिरातून काही सामान किंवा पैसे चोरीला गेलेले नाहीत. त्यामुळे खुनामागचा हेतू उलगडत नाही.

वाड्यात या बंधुभगिनींशिवाय भिवा नावाचा नोकर राहतो. तो साठ वर्षांचा आहे आणि दोन्ही डोळ्यांत फुले पडल्यामुळे जवळजवळ आंधळा झालेला आहे. पोलिसांनी त्याचा जबाब घेतला, पण तो बोलूच शकला नाही. गेली पुष्कळ वर्षे तो या घरात नोकर म्हणून आहे. या खुनामागे त्याचा हात असण्याची शक्यता पोलिसांनी फेटाळून लावलेली आहे.

नारायणरावांची पत्नी आणि अनसूयाबाईंचे पती नेवगावला राहतात. ती दोघेही तातडीने घटनास्थळी आलेले आहेत. पोलिस त्यांच्या जबान्या घेत आहेत.

या प्रकारामुळे गावात चिंतेचे वातावरण पसरलेले आहे. स्थानिक आमदारांनी पोलिसांच्या उच्च अधिकाऱ्यांशी संपर्क साधून गावात गस्त सुरू करण्याची विनंती केलेली आहे.

(बघा – पृष्ठ ८ संपादकीय)
एप्रिल १९२५

●●●

कोंबडा आरवला तसा भिवा उठला. खराटा घेऊन त्याने अंगण स्वच्छ झाडले. वाड्याचा मुख्य दरवाजा बंद होता. भिवाने दिंडीदरवाजा उघडला. भाटेगुरुजी काकड आरतीला यायची वेळ झाली होती. वाड्याचा मोठा दरवाजा उघडून आत गेले, की डाव्या हाताला दत्ताचे मंदिर होते. प्रदक्षिणेच्या वाटेवर जास्वंद आणि पारिजातकाची झाडे लावलेली होती. पांढऱ्या फुलांची पखरण जमिनीवर झालेली होती.

वाडा उजव्या बाजूला होता. आत गेले की मोठा चौक होता. उजव्या बाजूला जमिनीत पुरलेला भलामोठा रांजण होता. तो कायम पाण्याने भरलेला असायचा.

चार पायऱ्या चढून वर गेले, की शिसवी लाकडाचा झोपाळा होता. झोपाळ्याच्या मागे आत जायला दरवाजा होता. लांबच लांब कॉरिडॉर थेट मागच्या चौकापर्यंत जायचा. कॉरिडॉरमध्ये दोन्ही बाजूंना दरवाजे होते. शिसवी लाकडाचे. पितळेच्या कड्या आणि कोयंडे.

डावीकडची पहिली खोली दिवाणखाना. पूर्वजांच्या तसबिरी भिंतीवर लावलेल्या होत्या. हिरवी आणि निळी काचेची झुंबरे छताला टांगलेली होती. खोलीभर जाजम पसरलेले होते. एका बाजूला गाद्या घातलेल्या होत्या, लोड लावलेले होते. महाराज हयात असताना याच जागी ते भक्तांना दर्शन द्यायचे. आज इथे कुणी येत नसे. पण भिवा रोज दिवाणखाना झाडायचा. चादरी झटकून घालायचा.

डाव्या बाजूला दुसरी खोली देवघराची. भलामोठा शिसवी लाकडाचा देव्हारा.

आत महाराजांचा रंगीत फोटो. दोन्ही बाजूंना देवांच्या पितळेच्या मूर्ती. त्यातच चांदीच्या अडणीवर ठेवलेले टाक. शाळीग्राम आणि स्फटिकाची शिवलिंगे. पुरुषभर उंचीच्या चांदीच्या समया अष्टौप्रहर तेवत असायच्या.

डाव्या बाजूची तिसरी खोली सर्वांत मोठी होती. स्वयंपाकघर आणि जेवणघर एकत्रित. मोठमोठे चौरंग आणि पाट भिंतींना उभे लावून ठेवलेले होते. महाराज हयात असताना पंगतीला तीसचाळीस पाने बसत.

उजव्या बाजूच्या तिन्ही खोल्या म्हणजे शेजघरे. मोठमोठे शिसवी लाकडाचे पलंग. कपडे ठेवायला कपाटे. लिहायची टेबले आणि खुर्च्या.

महाराजांना शिसवी लाकडाचे फार वेड होते. सतत तेल लावलेले फर्निचर दिमाखाने चमकायचे. सगळ्या घरभर जाड, लाल रंगाचे किनखापी पडदे असायचे. जमिनीवर काश्मिरी गालिचे असायचे. आज इतक्या वर्षांनी लाकडाची रया गेली होती. गालिच्यांना भोके पडली होती. पडदे धुऊनधुऊन जुनाट दिसत होते.

मागच्या चौकात एक मोठी विहीर होती. तिला रहाट लावलेला होता. पाणी भरायला तांब्याची मोठमोठी घंगाळी होती. पलीकडे स्नानाला एक मोठा चौकोनी दगड ठेवलेला होता. बाजूच्या पत्र्याच्या खोलीत जळाऊ लाकडे भरलेली होती. चौक ओलांडून गेले, की दोन संडास बांधलेले होते. सकाळी भंगी येऊन मैला डोक्यावर वाहून नेत असे. मागच्या चौकातून आडव्या जाणाऱ्या रस्त्यावर उघडणारे दार होते. त्याला लागून एक जिना होता. वर गेल्यावर दोन खोल्या होत्या. तिथे सखूआत्या राहायची.

महाराज बालब्रह्मचारी होते. त्यांना दोन भाऊ. एका भावाला दोन मुलगे, सदाशिव आणि श्रीकृष्ण. दुसऱ्या भावाची मुलगी सखू. बालविधवा होती. सदाशिव लहानपणापासून देवभक्त होता. ओलेत्याने तासन् तास साधना करीत असे. सगळ्या जमिनींचे, देण्याघेण्याचे व्यवहार तो करायचा. मठाचे काम सांभाळायचा. त्याला काकामहाराजांसारखी साधना करायची होती. पण महाराजांनी त्याचे लग्न लावून दिले.

सदाशिवची बायको सावित्री. बाळकृष्ण भटाची मुलगी. घरात अठराविश्वे दारिद्र्य. सावित्री नक्षत्रासारखी देखणी होती. तिच्या रूपात गुंतून सदाशिव संसारी राहील, अशी महाराजांची अपेक्षा होती. पण तसे व्हायचे नव्हते.

श्रीकृष्णाचे अगदी उलटे होते. तालीम केल्याने त्याचे शरीर पीळदार झालेले होते. गोरापान, राजबिंडा मुलगा. शिक्षणात कधीच मन लागलेले नव्हते. उडाणटप्पू पोरांबरोबर हिंडणे हा एकच उद्योग. त्याच्या बारा भानगडी असायच्या. एकदा त्याने सखूआत्याशी लगट केली, तेव्हा त्याच्या वडिलांनी त्याला चाबकाने फोडून काढला

होता. मग श्रीकृष्ण पळून गेला. आईबाप मेल्यावरही परत आला नव्हता. पण नंतर मधूनअधून यायचा. सदाशिवशी भांडून चार पैसे घ्यायचा आणि आल्यासरशी परत जायचा. वयोमानाने त्याच्या शरीरावर फरक पडलेला होता. पण त्याचा रगेलपणा आणि रंगेलपणा तसाच राहिला होता. त्याच्या हिरव्याघाऱ्या डोळ्यांत एक विषारी चमक होती.

सखूचे आईबाप तिच्या लहानपणीच वारले. सखू मठातच वाढली. महाराजांनी तिचे लग्न आपल्या एक भक्ताच्या मुलाशी लावून दिले; पण लग्नाच्या दुसऱ्याच दिवशी तिचा नवरा साप चावून मेला. सखू सासरी राहिली. तिच्या दिराने तिच्याशी अतिप्रसंग केला आणि वर कांगावा केला बदचालीची म्हणून. सासऱ्याने तिला घराबाहेर घालवली. तशी ती भावाकडे येऊन राहिली.

महाराज गेले. भक्तांचा राबता कमी झाला. कूळकायद्यात सगळ्या जमिनी गेल्या. सदाशिव नेहमी ध्यानात मग्न असायचा. इतर भक्तांनी मठाची लूट केली. बँकेकडून, सावकारांकडून मोठमोठ्या रकमा उचलल्या. परतफेड झाली नाही. तशी मठाच्या इमारतींवर, जमिनींवर टाच आली.

सदाशिवने मठात जाणे सोडले. घरच्या देवळात किंवा महाराजांच्या तसबिरीपुढे तो ध्यान लावून बसायचा.

सखूबाई माहेरी आली पण वेगळीच राहिली. सोवळ्यात स्वयंपाक करून जेवायची, सगळे उपासतापास करायची. तिचे पाय कायम दुखायचे, तिचे डोके सतत दुखायचे. कपाळाला कायम पेनबाम चोळत राहायची. डोळ्यांच्या पापण्यांवर रगडून पेनबाम लावायची आणि मग डोळे मिटून बसायची. उन्हे उतरली की मात्र सखूबाई हुशारायची. स्वच्छ अंघोळ करायची आणि लक्ष्मीनारायणाच्या देवळात जाऊन बसायची. तिथले पुराणिकबोवा कथा सांगायचे. कथा ऐकायला म्हाताऱ्या बायका तर यायच्याच; पण संसाराच्या जाचाला कंटाळा यायला लागलेल्या गृहिणी पण यायच्या. पुराणिकबुवा रंगेल होते. कथेत येणारा शृंगारिक भाग रंगवून रंगवून सांगायचे आणि तेव्हाच त्यांचे भिरभिरते डोळे सगळ्या चेहऱ्यांचे वेध घेत असायचे. कुठला मासा गळाला लागतो आहे, ते पाहत असायचे.

पुराणिकबोवा ज्योतिषी होते. कथा संपल्यानंतर पत्रिका पाहत. परिहार सांगत. पुष्कळदा मंत्रोपचाराने बाहेरची बाधा काढून टाकत. लग्न न होणाऱ्या पुष्कळ उतारवयाच्या मुली त्यांच्या घरी मंत्रोपचाराला जात असत. पुराणिकबोवांच्या उपचारांनी लग्न होत नसे; पण त्या कुमारिका पुन्हापुन्हा त्यांच्याकडे जात असत.

जमिनी गेल्या, कुळांनी लाटल्या. तरीपण वाडा भिकेला लागला नाही. कोठीची

खोली कायम भरलेली राहिली. पूजाघरात एक लोखंडी संदूक होती. तिच्यात पैसे ठेवतांना कुणी पाहिलेले नव्हते; पण पैसे लागले की सदाशिव त्यातून काढून घ्यायचा.

कुणी म्हणायचे, की सदाशिवकडे लक्ष्मीयंत्र आहे. त्यामुळे त्याला पैशांची दाद पडत नसे. खरेखोटे देव जाणे; पण सुबत्ता होती हे खरे!

भिवाचा बाप महाराजांच्या सेवेत होता. भिवा फौजेत गेला. कुठल्यातरी लढाईवर त्याच्या मांडीत गोळी घुसल्यामुळे त्याला फौजेतून रजा मिळाली. तो परत आला तेव्हापासून फेंगडा चालायचा. त्याचा आवाजही बदलला होता. तो सडपातळ होता, पण त्याची छाती लोंबत असायची. कुणी म्हणाले की त्याचे पुरुषत्व त्या गोळीने हिरावून घेतले होते. तो दिसला की पोरे हसायची. ''छक्का, छक्का'' म्हणायची. वाडा सोडून तो सहसा बाहेर जायचा नाही. पहाटेपासून रात्रीपर्यंत अखंड काम करायचा.

सावित्री सडासारवण करायची. रांगोळी काढायची. मंदिराची साफसफाई करायची. पूजाघर नीट ठेवायची. स्वयंपाक करायची, पहाटेपासून रात्रीपर्यंत ती सतत कामात असायची.

सदाशिव पहाटे उठायचा. स्नान करून पूजाघरात ध्यानाला बसायचा. जेवण झाल्यावर झोपायचा. संध्याकाळी देवळात बसून भजन म्हणायचा. रात्री पुन्हा ध्यानाला बसायचा. मध्यरात्रीनंतर झोपायचा. लग्नानंतर दहाव्या महिन्यात सावित्री बाळंत झाली. तिला जुळे झाले. अगदी सारखी दिसणारी पोरे. नारायण आणि अनसूया. गोरे गोबरे गाल, गालावर खळी, कुरळे काळेभोर केस. सावित्रीसारख्या ठेंगण्या चणीची. सहा वर्षे वयाची ती मुले वाडाभर धावायची. त्यांना मंदिरापासून गोठ्यापर्यंत कुठेच निषेध नसायचा. सदाशिव ध्यानात बसलेला असला, तरी मुले त्याच्या पाठीवर चढत. डोकेदुखीने लोळणाऱ्या सखूआजीच्या पाठीवर दोघे बिनदिक्कत चढून बसत. श्रीकृष्णकाका कधीकधी येई. तो त्यांना खाऊ घेऊन येई. मांडीवर बसवून खेळवी.

जुळी भावंडे कायम एकत्र असायची. एकाच ताटात जेवायची. एकाच पांघरुणात झोपायची. चुल्यावर तापलेल्या गरम पाण्याने भिवा त्यांना एकत्रच अंघोळ घालायचा. तिचे फ्रॉक आणि त्याचे सदरे एकाच कापडाचे असायचे.

● ● ●

अंगण झाडून भिवा मागच्या चौकात आला, तेव्हा सावित्रीची अंघोळ चालली होती. उकिडवी बसून घंगाळातले गरम पाणी ती डोक्यावर घेत होती. तिचे काळेभोर कुरळे केस पाठीवर पसरलेले होते. तिची गोरी, पुष्ट काया ओलेत्यात लखलखत होती. चौकाच्या दारामागे भिवा थांबला. त्या सुंदर ध्यानाकडे पाहत राहिला. कुणालाही भुरळ पडावे असेच सावित्रीचे रूप होते. अगदी भिवासारखा पुरुषही तिला पाहत

राहायचा.

जिन्याच्या वरच्या पायरीवर सखूआत्या बसली होती. सावित्रीला ती दिसत नव्हती; पण सावित्रीचे रूप सखूआत्याला दिसत होते. सावित्रीने मान मागे करून केसांना झटका दिला. ओल्या केसांतून उडणारे तुषार चमकले. सावित्रीचे पुष्ट स्तन सखूआत्याच्या डोळ्यांत रुतले. सखूआत्या पुटपुटली, ''काय हा मोती. गाढवापुढे सांडला. संन्याशाची बायको, दैव ते हेच!''.

सावित्री वर आली तसा भिवा अंग चोरून बाजूला उभा राहिला. विष्णुसहस्रनाम म्हणत सावित्री शेजघरात गेली. भिवा चौकात गेला. घंगाळातले गार पाणी त्याने चुल्यावरच्या हंड्यात ओतले. रहाटाने चार बादल्या काढून खालची घंगाळे भरून ठेवली. मग दगडावर पाय ठेवून खसाखसा घासले.

त्याचे लोंबते स्तन हालताना सखूआत्या पाहत होती. सखू सगळ्याच पुरुषांकडे चोरून पाहत असे. सदाशिव लंगोट लावून थंड पाण्याने स्नान करायचा. तेव्हा सखू खिडकीच्या फटीतून पाहत असायची. तिची नजर लंगोटाच्या फुगीर भागावर खिळून राहायची. भाटेगुरुजींचा तरुण मुलगा कधीकधी पूजेला यायचा, तेव्हा काहीतरी निमित्त काढून सखूआत्या देवळात जायची. पुराणिकबुवा लगट करायचे, तेव्हा ती शहारायची. पण श्रीकृष्ण दिसला, की ती भडकायची. तिला तो डोळ्यांसमोरही नकोसा होता. त्याचे नाव ती घेत नसे. त्याचा उल्लेख ती 'बोका', 'गुंड', 'मवाली' असाच करायची. सखू आणि सदाशिव एकमेकांशी बोलत नसत. सावित्री जेवायला बसली, की सखूआत्या तिथे येऊन बसायची. हळू आवाजात त्यांच्या गप्पा चालायच्या.

श्रीकृष्ण कधीमधी यायचा. तो आला की सखूआत्याचा पारा चढायचा. तो तिला खिजवायचा. ती त्याला शिव्यांची लाखोली वाहायची. सावित्री अंग चोरून उभी राहायची. मुले बावचळून जायची. मग सदाशिव बाहेर यायचा. तो आला की सगळे गप्प राहायचे. तो श्रीकृष्णाला पूजाघरात घेऊन जायचा. दार लावून घ्यायचा. थोड्या वेळाने श्रीकृष्ण बाहेर यायचा. हातातली पिशवी सांभाळत वाड्याच्या बाहेर जायचा.

महाराजांच्या श्राद्धाच्या दिवशी मात्र गोष्ट वेगळी असायची. त्या दिवशी सकाळीच श्रीकृष्ण यायचा. स्वच्छ अंघोळ करायचा. कद नेसून बसायचा. सदाशिव मोठा असला, तरी क्रियाकर्मं श्रीकृष्णच करायचा. रात्री बाहेरच्या ओसरीवर झोपायचा. उजाडताच निघून जायचा.

श्रीकृष्ण कुठे राहतो, काय करतो हे कुणालाच माहीत नसे. पण लोक काहीबाही बोलत. कुणी म्हणत तो तमाशात आहे, कुणी म्हणत की तो एका श्रीमंत विधवेकडे

राहतो. कुणी आणखी काही म्हणायचे.

● ● ●

पाय धुऊन भिवा आत आला. पितळेच्या पेल्यात सावित्रीने ठेवलेले गरम दूध प्यायला. शेजघरात गेला. नारायण आणि अनसूया गळ्यात गळे घालून झोपलेले होते. कितीतरी वेळ भिवा त्यांच्याकडे पाहत राहिला. सावित्रीची हाक आली, तसा तो भानावर आला.

''चला उठा नानोबा, उठा उठा अनूताई. दिवस वर आला.''

नारायण चटकन उठला. मांडी घालून बसला. हात जोडून नमस्कार केला.

''वक्रतुंड महाकाय सूर्यकोटी समप्रभ, निर्विघ्नं कुरु मे देव सर्वकार्येषु सर्वदा.''

अनसूया झोपलेलीच होती. नारायणने तिला हालवले. ती कूस वळून झोपली.

"ताई, उठ. सकाळ झाली.''

"ऊ, झोपू दे रे नाना''

"अनू, ऊठ, आई रागवेल.''

अनू उठली. डोळे चोळत उभी राहिली, पाय आपटत बाहेर आली.

भिवाने दोघांची तोंडे धुतली. त्यांना स्वयंपाकघरात घेऊन आला. सावित्री स्वयंपाकाला लागली होती. तिला सोवळ्यात शिवायचे नाही, हे मुलांना माहीत होते. मुकाट्याने दूध पिऊन ती बाहेर गेली.

अनसूया धावत देवळात गेली. सकाळची पूजा संपली की भाटेगुरुजी खडीसाखर, केळी, पेढे असा प्रसाद वाटायचे.

"या अनुबाई, झोप झाली वाटते, प्रसाद घ्या. हं, लांबून हात करा, सोवळ्यात आहे मी.''

नारायण शांतपणाने चालत देवळात आला. हात जोडून त्याने देवाला नमस्कार केला.

"जटाधर पांडुरंग शूलहस्तम् कृपानिधिम्. सर्वरोगहरं देवं दत्तात्रेय अहं भजेत्.''

भाटेगुरुजींची कौतुकाची नजर नारायणवर होती.

"भिवा, पाहा ह्या पोराला. सहा वर्षांचा पोर पण किती समजदार आहे पाहा. अगदी महाराजांचा अवतार आहे. तेच डोळे, तोच चेहरा, तेच तेज. जणू महाराजच परत आले आहेत!''

असे नेहमी व्हायचे. नारायणचे असे कौतुक झाले, की अनसूयेला राग यायचा. नारायणच्या पाठीत एक धपाटा घालून ती घरात पळाली.

मुलांनी वाड्याच्या बाहेर जाणे सदाशिवला आवडत नसे. मुले अंगणात

अतृप्त / १५

खेळायची. लगोऱ्या, विट्टीदांडू. पण अनसूयेला बाहेर खेळायची आवड नव्हती. तिच्याजवळ पत्र्याची भातुकली होती. ती रोज संसार मांडायची. जेवण करायची.

"ए नानू, बैस तिथे. तू माझा नवरा. जेवायला वाढते. मी तुझी बायको."

"ए वेडाबाई, मी भाऊ आहे तुझा."

"मग काय झालं? भाऊ असला म्हणजे नवरा होता येत नाही का?"

"नाही. भाऊ तो भाऊ आणि नवरा तो नवरा. तुला आता आपण लवकरच एक नवरा आणून देऊ."

"मला नको बाई अनोळखी नवरा. तू नसशील होत माझा नवरा, तर मी डावच मोडून टाकते."

भातुकली लाथाडून अनसूया कोपऱ्यात मुसमुसत बसायची. भांडी, कुरमुरे, बत्तासे सगळे पसरलेले असायचे. मग नारायण सगळे आवरायचा. डब्यात भरून ठेवायचा. मग तो अनसूयेजवळ बसायचा. तिला जवळ घ्यायचा, कुरवाळायचा. हळूहळू तिचे रडणे थांबायचे. नारायण तिचे अश्रू पुसायचा. तिचा मुका घ्यायचा.

सावित्री स्वयंपाक करायची, तेव्हा मुलांना तिथे बसवायची. त्यांच्याकडून पाढे म्हणून घ्यायची. नारायण मन लावून म्हणायचा. सवायकी, औटकी पण छान म्हणायचा. अनसूयेचे लक्ष अभ्यासात लागत नसे. सावित्री त्यांना पुराणातल्या गोष्टी सांगायची. देव, राक्षस, पांडव, कौरव, भुते अशांच्या गोष्टी अनसूयेला आवडायच्या.

दुपारी सदाशिवच्या पंक्तीला मुले जेवायची. मग भिवाला वाढण देऊन सावित्री जेवायची. ती जेवायला बसली की, सखूआत्या तिथे येऊन बसायची. हळूहळू आवाजात त्यांची बोलणी चालू राहायची. दुपारच्या जेवणानंतर ती ओवळ्यात आली, की सावित्री पोरांना लिहायला लावायची. पोरे दमली, की त्यांना कुशीत घेऊन तिथेच सतरंजीवर निजायची.

मधूनच सखूआत्या मुलांना हाक मारायची. अनसूयेला आजीचे घर आवडत नसे. सखूआजीला कायम बामचा, टर्पेंटाईनचा वास यायचा. तिच्या दुखऱ्या पायांना ती असे काहीबाही लावत राही. पण तिच्याकडे बरणीत खारका आणि बदाम भरलेले असायचे. त्यांच्याकडे पाहत अनसूया डुलत बसायची. मुले आली की सखूआजी हातरीवर आडवी पसरायची.

"नारायणा, जरा पाय देतोस का रे माझ्या पायांवर. दुखताहेत रे फार."

मग नारायण पायांवर पाय द्यायचा. टाचेपासून सुरुवात करून वरपर्यंत जायचा. सखूआजीच्या मांड्याच फार दुखायच्या. नारायण पायांनी तिच्या मांड्या चेपायला लागला, की तिचे डोळे बंद होत. तिच्या तोंडातून अस्फुट हुंकार निघायला लागत.

तिची लाळ कधीकधी गळायची.

''आणखी जोराने दाब रे, नारायण. फार दुखताहेत हो.''

नारायण शांतपणाने पाय देत राहायचा. पण अनसूयेच्या खारका खाऊन झालेल्या असायच्या. ती नारायणचा हात ओढायची, ''चल रे नाना, भिवाकाका हाका मारतोय, चल लवकर.''

सखूआजीच्या मांड्या कशामुळे दुखतात, ते भिवाला चांगले ठाऊक होते. म्हणून पोरे वर जाऊन पाच-दहा मिनिटे झाली, की तो हाका मारायला लागायचा.

दिवेलागणीला संध्यारती व्हायची. गावातले चार लोक गोळा व्हायचे. अथर्वशीर्ष आणि दत्तात्रेय स्तोत्राचे पाठ व्हायचे. अनसूया झांजा वाजवायची. नारायण घंटा वाजवायचा. सखूबाई आणि सावित्री हलक्या हातांनी टाळ्या वाजवायच्या.

आरती झाली, की पदराआड तांदूळ घेऊन मागच्या दाराने सखूआजी पुराणाला जायच्या. सावित्री पुन्हा स्वयंपाकाला लागायची. जेवणानंतर सदाशिव पुन्हा ध्यानाला बसायचा, पोरे झोपायची. सदाशिवची वाट पाहत सावित्री पेंगाळून जायची.

●●●

आजचा सगळा दिवस असाच गेला. थकूनभागून सावित्री नवऱ्याची वाट पाहत भिंतीला टेकून बसली होती. प्रहर रात्र झाली होती. मुले झोपून गेली होती. मागचे दार वाजले. सखूआत्या पुराण उरकून चोरपावलांनी आत येऊन जिना चढून वर गेली. हलकेच शेजघराचे दार उघडून सदाशिव आत आला. दार लोटून अंथरुणावर पडला. सावित्री उठली. त्याच्याजवळ जाऊन झोपली. हळूच त्याच्या पाठीला चिकटली. तिचे स्तन त्याच्या पाठीवर दाबले गेले. हुळहुळले. पण सदाशिव हालला नाही.

सावित्रीने उजवा हात त्याच्या अंगावर टाकला. मग उजवा पाय त्याच्या पायांवर ठेवला. तिच्या अंगातून एक शिरशिरी उमटून गेली. पण सदाशिव हालला नाही.

''अहो, असं काय करताय? किती दिवस झाले, इकडे बघा ना.''

''अगं, माझा सप्ताह चाललाय ना, त्यात असं काही करता येत नाही.''

''अहो, सप्ताह तर आठवडाभर. आज सहा महिने झाले. आपलं ते किती दिवसांत झालंच नाही.''

''हे बघ. या प्रकारामुळे माझ्या साधनेत व्यत्यय येतो. साधना करताना कडकडीत ब्रह्मचर्य पाळायचं असा नियम असतो, तेव्हा तू मला भलतंसलतं करायला सांगू नकोस.''

''भलतंसलतं? अहो, मी लग्नाची बायको आहे तुमची. बघा ना इकडे, तोंड

करा ना माझ्याकडे.''

सदाशिव उठला.

''मी आजपासून वेगळ्या खोलीत झोपत जाईन. म्हणजे तुझे मन तुझ्या ताब्यात राहील.''

सदाशिव बाहेर गेला. सावित्री सुन्न बसून राहिली. तिला हुंदके यायला लागले. तोंडात पदराचा बोळा कोंबून ती ओकसाबोकशी रडली. गडबडा लोळत राहिली. केव्हातरी नारायण उठला. भांडे भरून पाणी घेऊन आला. आईच्या जवळ बसला. न बोलता तिला थोपटत राहिला. हळूहळू ती शांत झाली. भांडेभर पाणी प्यायली, परत झोपली. नारायण तिच्याजवळ बसूनच होता.

दुसरा दिवस नेहमीसारखा सुरू झाला. स्नान, पूजा करून सदाशिव पूजाघरात ध्यानाला बसला होता. भिवा पिशवी घेऊन बाजारात गेला होता. सखूआत्या माडीवर भजन करत होती.

आणि श्रीकृष्ण आला.

हातपाय धुऊन तो स्वयंपाकघराच्या दारात उभा राहिला. सावित्री भाकऱ्या करत होती. चुलीच्या धुराने तिचे डोळे गळत होते. घामाने तिची चोळी ओली झाली होती. घामेजलेल्या पदरातून तिचे पुष्ट स्तन उठून दिसत होते. कुरळ्या केसांची बट तिच्या डोळ्यांवर आली होती. उकिडव्या बसलेल्या सावित्रीच्या गोल नितंबांवर श्रीकृष्णाची नजर खिळून राहिली.

कुणीतरी पाहतंय ही जाणीव झाल्यावर सावित्रीने चटकन वर पाहिले. पदर सावरला.

''भाऊजी, केव्हा आलात? बसा ना.''

श्रीकृष्ण पाट घेऊन बसला. भुकेल्या नजरेने सावित्रीकडे पाहत राहिला.

''कशी आहेस तू वहिनी? जरा वाळलेली दिसतेस. दादा नीट वागवतो ना तुला? तुला काही अडचण असली तर मला सांग. जसा सीतेला लक्ष्मण तसाच तुला मी.''

''मला काय झालंय भावजी? मी अगदी सुखात आहे.''

काकाचा आवाज ऐकून मुले तिथे आली.

''अरे नारायण, केवढा ताडमाड वाढतोय तू? आणि आपली बाहुली कुठे आहे ती?''

लाजत लाजत अनसूया पुढे आली. काकाने तिला जवळ घेतले.

''अरे, अगदी आईच्या छापाची बाहुली दिसते आहे.''

तिला त्याने मांडीवर बसवले, तिच्या गोबऱ्या गालांची पापी घेतली. अनसूयेला कवटाळून श्रीकृष्ण घाऱ्या डोळ्यांनी सावित्रीकडे आसुसलेल्याने पाहत राहिला. अनसूयेला मांडीवर खेळवत राहिला.

''काका, सोड ना रे मला. मला खेळायला जायचंय.''

''अगं, बस जरा. मी तुला झूला झूला करतोय ना. पापी दे मला.''

''ए काका, सोड ना रे मला. मला बोचतंय काहीतरी, सोड सोड.''

तिच्या धडपडीला श्रीकृष्णाने दाद दिली नाही. तो तिला आणखीनच आवळून बसला.

आवाज ऐकून सखूआत्या जिन्यात येऊन उभी राहिली होती. नारायणने तिला खूण करून खाली बोलावले. सखूआत्या चौक ओलांडून आली आणि तिचा तोफखाना सुरू झाला.

''कुठून आला हा रावण रामप्रहरी. गावातले सगळे उकिरडे फुंकून झाले वाटतं?''

''काय सखूताई बरी आहेस ना? काय म्हणताहेत पुराणिक बुवा? हल्ली कुणाचं आख्यान लावतांय?''

अनसूया चटकन उठली. सखूआत्याला जाऊन बिलगली. श्रीकृष्णाने आपले हात मांड्यांच्या मध्ये ठेवले. अनसूयेला उचलून वर नेतांना सखूआत्याचे तोंड वाजतच होते.

सावित्रीने तापलेला तवा काटवटात ठेवून मोरीत ठेवला. हात धुऊन ती पदराला पुसत होती तेवढ्यात श्रीकृष्ण झटकन तिच्या मागे आला. तिला कवटाळून उभा राहिला. त्याचे हात तिच्या स्तनाग्रांशी खेळायला लागले. तिच्या नितंबांवर मांड्यांचा दाब देऊन तो उभा होता. त्याचा उष्ण श्वास तिच्या मानेला चटके देत होता.

क्षणभर सावित्रीला काहीच उमजले नाही. मग दोन्ही कोपर मागे फेकून तिने श्रीकृष्णाला मागे ढकलले. तो चार पावले मागे धडपडला. चुलीच्या बाहेर काढलेल्या लाकडावर त्याचा पाय भाजला. सावित्रीचा श्वास जोरात चालला होता, तिचे डोळे आणखीनच लाल झाले होते.

''भावजी, मला हे असं चालणार नाही. आपली पायरी सांभाळून वागा.''

''अगं, वहिनी काय असं बोलतेस? काय केलं मी? जे रामानं करायला पाहिजे, ते लक्ष्मणाने करू नये का?''

सावित्री बाहेर जायला निघाली, तेव्हा श्रीकृष्णाने तिचा हात धरला.

''अगदी खरं सांग. तुला हे हवे होते ना? दादाच्याने तुझी तहान भागणार

नाही, त्याला मीच हवा.''

त्याचा हात झटकून टाकून सावित्री चौकाकडे वळली.

''मी जातो आता. पण पुन्हा येईन मी.''

भराभरा जिना चढून सावित्री सखूआत्याच्या घरात गेली. मटकन खाली बसली. तिला अगदी गळून गेल्यासारखे झाले होते.

''काय झालं ग सावित्री? एवढी घाबरल्यासारखी का दिसतेस तू? त्या मेल्याने छेड काढली की काय तुझी? सापाची औलाद आहे ती. वेळच्या वेळीच ठेचून टाकायला हवे त्याला. थांब, मी आत्ताच सदाशिवाला सांगते.''

''नको वन्सं. आणखी आगीत तेल नको. मीच सांभाळून राहीन.''

''थांब. मीच बघते त्या मेल्याकडे.''

सखूआत्या धडाधडा जिना उतरून गेली. अनसूयेला कवटाळून सावित्री ओकसाबोकशी रडत होती. नारायण तिच्याकडे पाहत उभा राहिला.

धापा टाकत सखूआत्या वर आली.

''गेला मेला मसणवटीचा. बाहेर उकिरडे फुंकतो ते काय कमी आहे? घर नासवायला निघाला रांडीचा.''

सखूबाई सतरंजीवर बसली. मग लोळली.

''देवा, नारायणा, त्या चांडाळाच्या मागे लागून पाय दुखले रे माझे. बाळा, जरा पायांवर पाय दे.''

नारायण आज्ञाधारकपणाने आजीच्या पायांवर पाय द्यायला लागला.

''वर ये रे नारायणा, मांडीवर ये. आणखी वर ये रे. जरा आतल्या बाजूला दाब, जोरात दाब रे! देवा नारायणा!''

सखूआत्याला काय हवे असते, ते नारायणाला कळले होते. मांडीच्या आतल्या भागात दाब देताना त्याचा अंगठा आजीच्या मांडीच्या मधोमध रुते, तेव्हा आजी आणखी जोरात कण्हायची; पण असे दोन-तीनदा झाले, की तिचा पाय दुखायचा थांबायचा.

दिवसभर सखूआत्या स्वयंपाकघरात सावित्रीच्या सोबतीला राहिली. शेजारती होऊन वाड्याचे महाद्वार बंद झाल्यावरच सावित्रीला हायसे वाटले.

जेवणखाण, उरकून झाकपाक करून सावित्री शेजघरात आली, तेव्हा किर्र रात्र झाली होती. एका बाजूला मुले गाढ झोपलेली होती, दुसऱ्या बाजूला सदाशिव आणि सावित्रीचा बिछाना घातलेला होता. सावित्री बिछान्यावर बसली. चिमणीची वात लहान करून पडली. अचानक भिंतीवर मोठी सावली हालली. सावित्रीच्या तोंडातून

अस्फुट किंचाळी उमटली.

"काय झालं आई? कशानं घाबरलीस?"

नारायण जवळ उभा होता. सावित्री उठून बसली. एक मोठी पाकोळी उडत होती. तिचीच सावली भिंतीवर नाचत होती.

"आई, पाणी घे. बरं वाटेल तुला."

सावित्री पाणी प्यायली.

"झोप राजा माझ्या. उगाच तुझी झोपमोड झाली."

नारायण परत गेला. निजला. अनसूया झोपेत काहीतरी बडबडली. नारायण तिला थोपटत राहिला. तिने त्याच्या अंगावर एक हात टाकला. एक पाय टाकला. सावित्रीला श्रीकृष्णाचा स्पर्श आठवला. ती शहारली. तिला झोप लागली. पण तिला रात्रभर एक चमत्कारिक स्वप्न पडत राहिले. सकाळी उठली, तेव्हा तिला अगदी गळून गेल्यासारखे वाटत होते.

दुसऱ्या दिवशी तिची पाळी आली. ती बाहेरची असली, की शेजारच्या राधाकाकू येऊन स्वयंपाक करायच्या. सावित्री चार दिवस शेजघरातच राहायची. दत्ताच्या प्रसादाला तिला बघण्याचाच काय, तर दिसण्याचाही विटाळ होत असे.

चौथ्या दिवशी पहाटेच उठून सावित्री न्हायला बसली. अगदी मनसोक्त न्हायली. तिचेच हात तिच्याच स्तनांवरनं, मांड्यांवर रेंगाळत राहिले. खूप भूक लागल्यासारखे तिला वाटत होते. आणि त्या रात्री तिला पुन्हा ते स्वप्न पडले.

काम आवरून सावित्री स्वयंपाकघरातून बाहेर येत होती. एक मोठा भुजंग फडा काढून दरवाजा अडवून बसलेला होता. त्याचे घारे-हिरवे डोळे सावित्रीला जाळून टाकू पाहत होते. जिवाच्या आकांताने सावित्री धावत शेजघरात गेली. तो भुजंग तिच्या मागोमाग आला. त्याचे गोल, लांब, काळे शरीर त्याच्या खवल्यांमुळे चमकत होते. सावित्री मागे सरकत सरकत गेली. तिची पाठ भिंतीला लागली. तिला आणखी मागे जाता येत नव्हते.

तिची नजर त्या भुजंगावर खिळून होती. त्याची फडा पसरलेली होती. त्याची दुहेरी जीभ तोंडाच्या आतबाहेर लवलवत होती. त्याची घारी-हिरवी नजर तिच्या अंगाला रुतत होती. हळूहळू तो नाग उंच उंच होत गेला. सावित्रीच्या डोक्याच्या पातळीवर आला. डोलायला लागला. पण त्याची नजर तिच्या डोळ्यांवर खिळलेली होती.

डोळ्याचे पाते लवते न लवते तसा तो नाग वेगाने झेपावला. सावित्रीच्या ओठांना डसला आणि पुन्हा तिच्यासमोर डोलायला लागला. सावित्रीच्या अंगात

त्याचे विष भिनायला लागले. तिचे अंग गरम झाले. तिच्या अंगातून शिरशिरी आली.

आणि एकदम तिला जाणवले, की ती निर्वस्त्र होती. त्या नागाने तिच्या पायांना विळखा घातला आणि तो वरवर येऊ लागला. तिच्या मांड्यांवर रमला आणि मग तो सरकन बिळात गेला. तो थंडगार स्पर्श तिचे सर्वांग जाळत गेला. जिवाच्या आकांताने ती त्याला बाहेर काढायचा प्रयत्न करत होती.

आणि तिला जाग आली. तिचे हात तिच्या मांड्यांमध्ये होते. ओले झाले होते.

मधूनमधून ते स्वप्न तिला पडतच राहिले.

●●●

महाराजांनी समाधी घेण्याचा दिवस मोठा धामधुमीने साजरा व्हायचा. त्यांचे श्राद्ध आदल्या दिवशीच व्हायचे. निर्वाणाच्या दिवशी संध्याकाळी मोठी मिरवणूक निघायची. महाराजांची पालखी नदीवर जायची. तिथे संकेश्वराचे देऊळ होते. तिथले देव त्याच वेळी स्नानाला यायचे. दोन्ही पालख्या एकत्र यायच्या. गावातून मिरवायच्या आणि मग आपापल्या जागी जायच्या.

श्राद्धाच्या दिवशी पहाटे श्रीकृष्ण आला. त्याने सर्व कर्मकांड केले. सदाशिव, सावित्री आणि सखूताई सर्वांच्या पाया पडला. जेवल्यावर ओसरीत झोपून गेला.

काकडआरतीनंतर तो स्वयंपाकघराच्या दाराआड लपून राहिला. सावित्री आत आल्यावर त्याने तिला कवटाळले. तिच्या ओठांचे चुंबन घेतले.

''वहिनी, रात्री येतो, दार उघडे ठेव.''

सावित्री सुन्न झाली. तिचे ओठ हुळहुळत होते.

त्या रात्री सावित्री आपल्या मुलांच्यामध्ये झोपली. रात्री दोनदा कडी वाजली, कुजबुजल्या आवाजात तिचे नाव पुकारले गेले पण सावित्री उठली नाही. दाराची कडी लावलेलीच राहिली.

दुसऱ्या दिवशी महाराजांचा परिनिर्वाण दिवस होता. सकाळी देवळात गर्दी झाली होती. दुपारी मठात जेवण असायचे. संध्याकाळी पालखी निघायची. सगळे गाव समारंभास लोटायचे.

सगळा दिवस धामधुमीत गेला. दुपारी मिरवणूक निघाली. पालखीच्या पुढे अबदागीर घेऊन सदाशिव होता. पालखीवर छत्र धरून श्रीकृष्ण चालला होता. नारायणाचा हात धरून अनू पालखीबरोबर चालत होती. यशवंतराव गानू वकील, डॉक्टर जोशी आणि इतर थोर मंडळी पालखीच्या मागोमाग चालत होती. सखूआत्या आणि सावित्री गच्चीवर उभे राहून दारावरून पालखी जायची वाट पाहत होत्या. भिवा मोठ्या

दरवाजाजवळ उभा होता.

ढोल ताशांचा आवाज जवळ यायला लागला. पालखी नजरेस आली. गुलालाची उधळण चालली होती. लेझीम खेळत शाळेतली मुले पालखीच्या पुढे होती. अनिमिष दृष्टीने सावित्री पालखी पाहत होती. टाळमृदुंगाची लय अंगात भिनत होती. मधूनमधून पालखी थांबत होती. लोक ओवाळत होते, फुले उधळत होते.

सखूआत्या म्हणाली, ''सावित्री मी नदीपर्यंत जाऊन येते. मागच्या दारानेच जाते. तू आतून कडी लावून घे.''

सखूआत्या बाहेर गेली. पालखीला नमस्कार करून मागे उभी राहिली. श्रीकृष्णाने वर पाहिले. मावळत्या उन्हात त्याचे हिरवे घारे डोळे चमकले. सावित्री शहारली.

चटकन जिना उतरून ती खाली आली. स्वयंपाकघरातून ताटली पडल्याचा आवाज आला म्हणून ती तिकडे गेली. मांजर बाहेर गेली. पडलेली ताटली उचलून ठेवते तर तिला मागून करकचून विळखा पडला.

घोगऱ्या आवाजात श्रीकृष्ण म्हणाला, ''बघ, मी तुला म्हणालो होतो ना मी येईन म्हणून. दाराला आतून कडी लावून आलोय.''

सावित्री भानावर आली. हातपाय झाडायला लागली. लहान मुलाला उचलावे तसे श्रीकृष्णाने तिला उचलून शेजघरात नेले.

''नको भावजी, काय करताहात? वेड लागलंय का तुम्हाला?''

''वेडच लावलयंस तू. तुझ्या लग्नापासून मी झुरतोय तुझ्यासाठी. असा खजिना दिला देवाने, त्या सदाशिवाला पण भोगता कुठे येतोय! आज मी माझी तहान भागवतो.''

''भावजी, सोडा मला. मी ओरडेन.''

''ओरड ना. खुशाल ओरड. ऐकायला आहे कोण इथे? महाराज ऐकतायत, ऐकू दे त्यांना.''

एका झटक्यात स्वतःला सोडवून सावित्री दाराकडे झेपावली. पण श्रीकृष्णाने तिला पुन्हा धरले. तिची पाठ भिंतीला लावून सगळ्या अंगाचा भार त्याने तिच्या अंगावर टाकला. ती धडपडली तसा तो आणखी सुखावला, चेकाळला. आपले हात खाली नेऊन त्याने तिचे नितंब कुरवाळले आणि तिचा कासोटा सोडला.

तिची धडपड एकदम थांबली. तिला धाप लागली होती. श्रीकृष्णाने तिचे ओठ चोखले. तिच्या मिटल्या डोळ्यांवर, कपाळावर, गालांवर त्याच्या ओठांचे चटके बसत राहिले. श्रीकृष्णाने तिला उचलून बिछान्यावर ठेवले. तिच्या चोळीची गाठ सोडली. तिचे लुगडे फेडले. तिच्या गोऱ्यापान अंगाकडे तो बघत राहिला. तिचे डोळे मिटलेले होते. तिचा ऊर धपापत होता.

धोतर फेडून श्रीकृष्ण तिच्यावर ओणवला. त्याचे ओठ तिच्या मुखावर, स्तनांवर, पोटावर, ओटीपोटावर, मांड्यांवर फिरत राहिले. तिच्या अंगातून झळा यायला लागल्या. गच्च मिटलेल्या ओठांतून ती कण्हत राहिली. तिचे पाय आपोआप फाकले.

श्रीकृष्ण तिच्यात शिरला, तेव्हा ती विव्हळली, किंचाळली आणि मग तेवढ्याच आवेगाने त्याला प्रत्युत्तर देत राहिली. देहभान हरपून हिंदोळ्यावर झुलत राहिली.

चरमसीमा दोघांनीही एकदमच गाठली, तो तिच्यात भरभरून ओसंडला.

ती भानावर आली, तेव्हा तो गेलेला होता. उठून बसली तर तिला चक्कर आल्यासारखे वाटले. तिच्या मांड्या ओल्या झालेल्या होत्या. तिचे उघडे अंग गुलालाने माखलेले होते. चालतांना तिचा झोक जात होता. लुगडे कसेबसे गुंडाळून सावित्री चौकात गेली. घाईघाईने तिने अंग धुतले. दुसरे लुगडे आणि चोळी नेसून, कुंकू लावून ती चौकात येते, तोवर सखूआत्या दार उघडून आल्या.

''हे काय सावित्री, दार उघडेच ठेवून होतीस काय तू?''

''नाही हो वन्सं. आता तुम्हाला येताना पाहून कडी काढली मी.''

''काय सोहळा झाला म्हणून सांगू तुला! सारं गाव लोटलं होतं. आता पालखी उलटली आहे. मठात पोचतच असेल. सदाशिव आणि श्रीकृष्ण येतच असतील. चल, आरतीची तयारी कर.''

आरती तयार करून सावित्री वाड्याच्या दारात उभी होती. महाराजांची तसबीर हातात घेऊन सदाशिव आला. त्याच्यामागे श्रीकृष्ण होता. नारायण आणि अनसूया बरोबर होती. सगळेजण गुलालाने माखले होते.

मुलांना अंघोळी घालून सदाशिव अंघोळीला बसला. शेवटी श्रीकृष्णाने अंघोळ केली. नुसत्या लंगोटावर असलेल्या श्रीकृष्णाला सावित्री दाराच्या फटीतून पाहत राहिली. जेवल्यावर आचवून येताना श्रीकृष्ण हलक्या आवाजात म्हणाला, ''रात्री दाराला कडी लावू नकोस.''

निजानीज झाली. सर्वांत आधी श्रीकृष्ण ओसरीवर जाऊन झोपला. भिवा देवळाच्या आत झोपायचा. ध्यान उरकून सदाशिव त्याच्या खोलीत गेला. पोरांना झोपवून सावित्री भिंतीला टेकून बसली होती. पेंगत होती. दाराच्या आतून कडी लावलेली नव्हती.

श्रीकृष्ण आत आला. त्याच्या चाहुलीने सावित्री उभी राहिली. तिने पदर सावरून घेतला. श्रीकृष्णाने दाराला आतून कडी लावली. सावित्रीला करकचून मिठी मारली. तिच्या ओठांना तो चावला.

सावित्रीने सीत्कार केला. मग तिने दचकून मुलांकडे पाहिले. एकमेकांना मिठीत घेऊन पोरं झोपली होती.

''काळजी करू नकोस. पोरे गाढ झोपलीत. प्रसादाच्या पेढ्यांतून थोडी भांग घातली होती मी त्यांना.''

त्याचे सराईत हात तिच्या अंगप्रत्यंगावरून फिरले. तिची वस्त्रे आपोआपच गळाली. तिचे हात त्याच्या मानेभोवती आवळले. टाचा उंच करून तिने त्याचे चुंबन घेतले. त्याला अंगावर ओढून घेत ती बिछान्यावर पडली.

इतकी वर्षे सुकत राहिलेली सावित्री आज भिजून चिंब झाली होती. वेदना आणि सुख असे जीवघेणे मिश्रण परत परत भोगत होती. पहाटे तीनचे ठोके पडले, तेव्हा श्रीकृष्ण उठला. थरथरत्या पायांनी बाहेर गेला. उशी छातीशी कवटाळून सावित्री झोपून राहिली.

पण रोजची वेळ झाली, तशी तिला जाग आली. तिचे सारे अंग दुखत होते. ती उभी राहिली, तसा एक पूर तिच्या माड्यांवरून खाली उतरला.

भिवाने चुलाणे पेटवून ठेवलेले होते. उकिडवे बसून तिने ऊन्ह पाण्याने अंघोळ केली. दूध तापवून तिने पेल्यात भरले. भिवाला हाक मारली.

''भिवा, पोरांना उठव आणि यांना आणि भावजींना दूध दे.''

''ताई, भावजी गेले.''

''गेले, कुठे?''

''काय ठावं? माहिती नाहीए, वहाणा नाहीएत, सडाफटिंग माणूस. एका ठिकाणी थांबायची कुठे सवय हाय त्येला.''

●●●

सगळ्या दिवसभर सावित्री एका तंद्रीतच होती. उठता-बसता तिच्या मांड्या आणि कुल्ले दुखायचे; पण तिला कसलेच भान नव्हते. त्या रात्री ती मुलांच्यात झोपली. रोज ती अनूला कुशीत घ्यायची; पण त्या रात्री ती नारायणला कवटाळून झोपली होती.

दुसऱ्या दिवशी ती स्वयंपाकाला लागली, तसे तिच्या पोटात ढवळायला लागले. तिला भडभडून उलटी झाली. चूळ भरून थोडे पाणी प्यायल्यावर तिला बरे वाटले. पण दहा-पंधरा मिनिटांनी तिला पुन्हा खळखळून उलटी झाली. नारायण सखूआजीला घेऊन आला तेव्हा सावित्री मोरीच्या कट्ट्यावरच बसलेली होती. सखूआत्यांनी तिला हात धरून उठवली. पाटावर बसवली.

''काय झालं गं सावित्री? एकदम ओकाऱ्या सुरू झाल्या? काही आहे का?''

‘‘इश्श्य, वन्स, काहीतरीच तुमचं. अहो! मागच्या आठवड्यातच न्हायले नाही का मी?’’

‘‘थांब, मी तुला जरा मोरावळा आणून देते. आज तू आराम कर. मी राधाबाईंना बोलावते. त्या करतील स्वयंपाक.’’

‘‘काहीतरीच काय, वन्सं! अहो, दोन दिवस जरा दगदग झाली. पित्त पडलं. आता मी अगदी ठीक आहे. मला काहीही झालेले नाही.’’

‘‘बरं बाई, तुझं खरं!’’

मोरावळा खाऊन सावित्री कामाला लागली. दिवसभर काम करून रात्री अगदी थकून गेली होती. रात्री दोनतीनदा तिला जाग आली, दाराची कडी वाजल्यासारखे वाटायचे. पण बाहेर कुणीच नव्हते. सावित्री बाहेरपर्यंत जाऊन आली, पण मोठ्या दरवाजाला अडसर लावलेला होता.

पंधरा दिवस असेच गेले. रोजचा क्रम सुरूच होता. पण सावित्रीचे पोट खराब होते. तिला रात्री चांगली झोप लागत नसे. डोळ्यांखाली काळी वर्तुळे आली होती. सखूआत्या तिला काशीनाथपंत वैद्यांकडे घेऊन गेली होती. त्यांनीही पित्ताचेच निदान केले. वैद्यांचे औषध लागू पडले. दोन दिवसांत सावित्री पूर्ण बरी झाली.

त्या रात्री तिला स्वप्न पडले. ती अंथरुणावर निजलेली होती. अचानक दार उघडले आणि एक मोठा भुजंग सरपटत आत आला. गोल, काळा, लांब. झोपलेल्या सावित्रीसमोर फडा काढून डोलत राहिला. त्याचे हिरवे-घारे डोळे चमकत होते. मग तिच्या पायांना विळखा घालून वर वर गेला आणि तिच्या अंगात शिरला. त्याचे गार, गुळगुळीत, गोल अंग तिच्या अंगात घुसत राहिले. बघता बघता तो भुजंग तिच्या ओटीपोटात सामावला.

सावित्री दचकून जागी झाली.

वैद्यांचे औषध आणि मोरावळा सावित्रीला मानवला. तिच्या चेहऱ्यावर तेज चढले. दोन आठवडे उलटून गेले. एक दिवस तांदूळ निवडतांना सखूआत्या म्हणाली.

‘‘सावित्री, अगं महिना उलटून गेला.’’

‘‘कशाला, वन्सं?’’

‘‘अगं तू बाहेरची झालीस त्याला. तशी तू अगदी नियमित असतेस हो. मला वाटतं, की मधल्या आजारपणामुळे जरा लांबली असेल.’’

सावित्रीच्या पोटात धस्स झाले. तीन दिवसांआधीच तिची पाळी यायला हवी होती. जुळ्यांच्या वेळी सोडली, तर इतकी वर्षे तिच्या पाळीत फरक पडलेला नव्हता.

‘‘हो ना. मला पण तसंच वाटतंय. गुदस्ता मुलांना गोवर आला होता.

तेव्हापण माझ्या पाळीत फरक झाला होता. तब्बल पाच दिवस उलटून गेले होते.''

त्या रात्री पुन्हा तेच स्वप्न सावित्रीला पडले. सकाळी तिच्या ओटीपोटात हलकी कळ येत होती.

दोन दिवस असेच उलटून गेले.

सावित्री सकाळी उठली जेव्हा तिला मळमळत होते. दात घासायला लागली, तसे तिला भडभडून आले; पण बाहेर पाणीसुद्धा पडले नाही. तिला सारखे उसासे येत होते. कोरड्या ओकाऱ्या होत होत्या. तिने स्वयंपाकघराचे दार पटकन लावून घेतले. थोड्या वेळाने तिचे उसासे थांबले. घोटभर पाणी पिऊन ती कामाला लागली.

आजीच्या पायांवर पाय देताना नारायणाने तिला सांगितले. दुसऱ्या दिवशी सकाळी सखूआत्या खालीच उभ्या होत्या. दरवाजात उभ्या राहून सावित्रीकडे पाहत होत्या. पदराला तोंड पुसत सावित्री मोरीच्या बाहेर आली आणि थबकली. सखूआत्या तोंडभरून हसत होत्या.

''अगं, सावित्री, शेवटी माझंच खरं ठरलं ना? थांब, मी आत्ताच जाऊन सांगते सदाशिवाला.''

सखूआत्या वळल्या. जिवाच्या आकांताने सावित्री पुढे धावली. सखूबाईंच्या हाताला धरून तिने ओढले.

''नाही वन्सं! असं काही नका करू. त्यांना यातलं काही माहीत नाही. ते मला हातसुद्धा लावत नाहीत.''

आणि ती एकदम जमिनीवर पडली. स्फुंदून स्फुंदून रडू लागली.

सखूआत्या तिच्याजवळ बसल्या. तिला उठवून बसवले. पदराने तिचे डोळे पुसले. हळूहळू हुंदके देत सावित्रीने श्रीकृष्णाने तिच्यावर केलेल्या अत्याचाराची कहाणी सखूआत्याला सांगितली. पण दुसऱ्या रात्रीबद्दल मात्र ती काही बोलली नाही.

तापलेल्या दाभणासारखी जुनी आठवण सखूला आली. तिच्या दिराने तिच्यावर बलात्कार केल्याच्या दुसऱ्याच दिवशी तिच्या सासऱ्याने तिला नेसत्या वस्त्रानिशी घरातून हाकलून लावले होते. ती वाड्यात आली, तेव्हा अगदी सैरभैर झाली होती. राधाकाकूंनी तिची सगळी काळजी घेतली. आणि मग तिची पाळी चुकली. जीव द्यायला ती आडाच्या काठावर जाऊन उभी राहिली; पण तिला धीर झाला नाही. तेव्हा राधाकाकूंनी तिला एक मुळी उगाळून दिली होती. आणि मग उन्मळून पडलेला तो बारकासा जीव केळीच्या पानात गुंडाळून नदीत सोडून दिला होता.

''तळपट होओ मेल्याचे. किडे पडोत अंगात त्याच्या. मुडदा बसवला भडव्याचा. मला नजरेला येऊ दे, जीव घेईन त्याचा. सावित्री, तू काळजी करू नकोस. मी आज

राधाबाईला घेऊन येते. परवा संध्याकाळपर्यंत होत्याचं नव्हतं होऊन जाईल. सदाशिवाला कळणारसुद्धा नाही.''

• • •

एखाद्या यंत्रासारखी सावित्री दिवसभर काम करीत राहिली. सखूआत्या वरखाली करत राहिल्या. रात्री मुलांना झोपवून सावित्री भिंतीला टेकून बसली. मध्यरात्रीच्या सुमाराला सदाशिवच्या खोलीचे दार वाजले. ध्यान संपवून तो झोपायला गेला होता.

सावित्री उठली. दोन्ही मुलांचे मुके घेऊन खोलीच्या बाहेर आली. तिने दाराला बाहेरून कडी लावली. पूजाघरात जाऊन तिने महाराजांच्या तसबिरीला हळदकुंकू वाहिले. साष्टांग नमस्कार घातला. महाराजांचे कुंकू तिने कपाळाला लावले. सदाशिवच्या खोलीबाहेर उभे राहून तिने नमस्कार केला आणि पदर खोचून ती मागच्या चौकात गेली.

सकाळी भिवा दूध घेऊन आला, तेव्हा सावित्री स्वयंपाकघरात नव्हती. अनसूयेच्या रडण्याचा आवाज आला, तेव्हा भिवाने कडी उघडली. सदाशिवची खोली उघडी होती. पूजाघरात तो ध्यान करीत होता. दिवाणखाना रिकामा होता. वाड्याची दोन्ही दारे आतून बंद होती.

चिरक्या आवाजात भिवाने सखूआत्याला हाक मारली. सखू धावत खाली आली. सगळ्या घरभर फिरली. विहिरीकडे धावत गेली. आत डोकावली आणि पटकन खाली बसली. तिने हंबरडा फोडला.

''अरे देवा, काय झालं रे!''

सखूबाईचा आक्रोश ऐकून मुले रडायला लागली. सदाशिव बाहेर आला. भिवा सुन्न होऊन उभा होता.

गळ टाकून आडातून सावित्रीला बाहेर काढायला तासभर लागला. पोलीस आले. पंचनामा झाला. पोस्टमॉर्टेम होऊन बॉडी ताब्यात यायला संध्याकाळ झाली. यशवंतराव गानू वकील संबंध दिवस पोलिस स्टेशनमध्ये होते. कॉरोनरचा ''ॲक्सिडेंटल डेथ'' निवाडा मिळेपर्यंत ते घरी गेले नाहीत.

सावित्रीला पोचवायला मध्यरात्र झाली.

दुसऱ्या दिवशी राख सावडायला सदाशिव गेला तो नारायणला बरोबर घेऊन. मागच्या चौकातल्या खांबाला पुरचुंडी बांधून सदाशिव पूजाघरात बसला.

''भिवा, सखूताईला आणि मुलांना बोलाव. तू पण इथे उभा राहा.''

सखू, मुलांना बरोबर घेऊन आली. भिवा दाराशी उभा राहिला.

''सखू मी घर सोडून जातो आहे. मी संन्यास घेणार आहे. मला आता या

संसाराची, या जगाची आसक्ती राहिलेली नाही. मी आता मुक्त होणार आहे.''

''अरे सदाशिव, काय बोलतोस हे तू? तुझी लहान लहान बाळे आहेत. या देवळाची जबाबदारी तुझ्यावर आहे. मी तुझी आश्रित आहे. आम्हाला सगळ्यांना सोडून तू कुठे चाललास?''

''सखू, तू आश्रित नाहीस. हे घर जेवढं माझं आहे, तेवढंच ते तुझंही आहे. ही मुलं मी तुझ्या ओटीत घालून जातो आहे.

''घराचे सगळे कागदपत्र गानू वकिलांकडे आहेत. मी त्यांच्याजवळ पैसे ठेवले आहेत. तुम्हाला कधीही कशाचीही उणीव पडणार नाही. गानू वकिलांना अगदी अर्ध्या रात्रीसुद्धा बोलावलेत तरी हरकत नाही.

''मुलांना तू चांगल्या शाळेत घाल. त्यांना कपडेलत्ते चांगले कर आणि तू पण नीट रहा. पैशांची काळजी करू नकोस.

''भिवा, तू इतकी वर्षे मठाची आणि घराची सेवा करतो आहेस. मी सखूला आणि मुलांना तुझ्या जिम्मेदारीवर सोडून जातो आहे. त्यांची नीट काळजी घे. तुला जे हवे असेल पैसे, कपडालत्ता. तू सखूताईला सांगत जा.''

अनू एकदम धावली. सदाशिवला बिलगली.

''बाबा, तुम्ही जाऊ नका ना.''

सदाशिवने तिला बाजूला केले. नारायण पुढे झाला. अनसूयेचा हात धरून त्याने तिला मागे नेले.

''सदाशिव, अरे, सावित्रीचे दिवस तरी करून जा.''

''नारायण तिचा मुलगाच आहे. तो करेल सर्व.''

●●●

''कित्येक महिने सदाशिवने घरात लक्ष घातलेले नव्हते. तो कायमच ध्यान लावून बसलेला असायचा. त्याने कधी मुलांना जवळ घेतले नव्हते. त्यामुळे तो घरात नसल्याची सवय सगळ्यांनाच पटकन लागली. दहाव्या दिवशी सावित्रीचे श्राद्ध झाले. नारायणने सर्व विधी केले. सगळ्यांना त्याचे कौतुक वाटले.

सदाशिव निघून गेल्याची बातमी गावभर पसरली होती. पुष्कळ लोक समाचाराला येऊन गेले. अगदी प्रौढ माणसासारखा नारायण वागला.

तेराव्याच्या जेवायला खूप लोक होते. शेवटची पंगत उरकायला चार वाजले. दारात श्रीकृष्ण उभा होता.

काय झालं हे नारायणा? अचानक काय झाले? वहिनीने का जीव दिला?''

नारायण स्थिर नजरेने श्रीकृष्णाकडे पाहत होता.

''काका, तुम्ही जा. पुन्हा इथे येऊ नका.''

श्रीकृष्ण पुढे आला.

''नारायण, काय बोलतोयस तू? मी आता इथेच राहणार आहे. तुमची काळजी घेणार आहे.''

''काका, मी तुम्हाला पुन्हा सांगतोय. या घरात पाय टाकलात तर खबरदार!''

श्रीकृष्ण थांबला. मग मोठ्याने हसला. नारायणला ढकलून घरात आला.

मागच्या चौकातून भिवा आत आला. त्याच्या हातात एक दांडके होते. श्रीकृष्णाला पाहून तो क्षणभर थबकला. मग पिसाळलेल्या कुत्र्यासारखा ओरडत तो पुढे धावला. हातातल्या दांडक्याचा तडाखा त्याने श्रीकृष्णाच्या माथ्यावर मारला. श्रीकृष्णाच्या डोक्यातून रक्ताची धार निघाली, तो तिरीमिरी येऊन पडला. पण भिवा थांबला नाही. जिथे जागा मिळेल तिथे तो मारत राहिला. श्रीकृष्ण कण्हला, ओरडला; पण भिवा त्याला मारतच राहिला.

शेवटी नारायण म्हणाला, ''भिवाकाका. आता पुरे. काकाला बाहेर टाकून दे.''

भिवाने दांडके भिंतीला टेकवून उभे केले. विव्हळणाऱ्या श्रीकृष्णाचे पाय धरून त्याला ओढत भिवा वाड्याच्या दारापर्यंत घेऊन गेला. दरवाजातून ओढून नेऊन भिवाने श्रीकृष्णाला रस्त्यावर टाकून दिले.

जाणारे येणारे कुतूहलाने थांबून पाहायला लागले. भिवाने बादलीभर पाणी आणून श्रीकृष्णाच्या तोंडावर ओतले. श्रीकृष्ण उठून उभा राहिला. त्याचे पुढचे दात पडले होते. ओठ फाटले होते. कपाळावरच्या खोकेतून भळाभळा रक्त सांडत होते.

''तुला धाकट्या मालकांनी सांगितले ना निघून जायला? मग कशाला मस्ती करतोयस्? जा नीघ, पुन्हा इथे आलास तर जीव घेईन तुझा.''

''धाकटे मालक काय? अरे भिवड्या, या वाड्याचा मालक मी आहे, मी. दीडदमडीचा नोकर तू. मालकावर हात उगारतोस?''

भिवा पुन्हा झेपावला. श्रीकृष्णाच्या डाव्या गुडघ्यावर त्याने दांडक्याचा फटका मारला. गुडघ्याची वाटी फुटल्याचा काडकन आवाज आला.

''तू काय केलंस ते वाड्याला म्हाईत हाये. आता जा, नायतर तुला जित्ता सोडणार नाही.''

नारायण पुढे आला. भिवाला आवरून त्याने मागे घेतले. जाणारी रिक्षा थांबवून त्याने श्रीकृष्णाला आत टाकले.

''काका, तुला भिवाने सांगितलेले लक्षात ठेव. पुन्हा वाड्यात पाय टाकू

नकोस.''

''मला धमकावतोस? बघून घेईन. पुन्हा येईन मी या वाड्यात. सत्यानाश करीन तुमचा.''

रिक्षा निघून गेली. वाड्यातले व्यवहार पुन्हा सुरू झाले. नारायण सकाळी लवकर उठायचा, व्यायाम करायचा. अंघोळ करून सोवळ्याने पूजा करायचा, पोथी वाचायचा.

अनसूया पुष्कळ वेळ लोळत पडायची. मग खेळत राहायची. लिहावाचायचा तिला कंटाळा होता. तासन्तास नट्टापट्टा करायची. नारायण तिची काळजी घ्यायचा. तिची वेणी घालून द्यायला, तिचा अभ्यास घ्यायचा. गानू वकिलांनी मुलांना शाळेत नेले. हेडमास्तरांशी बोलून नारायणला तिसऱ्या इयत्तेत घातले. अनसूया मुलींच्या शाळेत जायला लागली, तिला पहिलीत घातले.

सखूआत्याने राधाकाकूंना पगारावर ठेवले होते. त्या दोन्ही वेळा स्वयंपाक करायच्या. धुणीभांडी करायच्या. भिवा झाडलोट, कधी बाजार, दळण आणि बाहेरची कामे करे. सखूआत्यांचा जास्त वेळ पुराणातच जायचा. भराभरा दिवस गेले.

●●●

जुळी चौदा वर्षांची झाली. अनसूया वयात यायची चिन्हे दिसायला लागली. तिचे मूळचे देखणेपण खुलायला लागले. नारायणचा आवाज पण बदलायला लागला. नियमितपणाने व्यायाम केल्यामुळे तो आणखीच देखणा दिसायला लागला.

एक दिवस घरापाशी टांगा थांबला. वळकटी घेऊन एक वयस्क बाई उतरल्या. सरस्वतीबाई. सखूआत्याची जाऊ. तिच्यावर बलात्कार करणाऱ्या दिराची बायको. पंचवीस वर्षांनी दोघींची भेट होत होती.

सखूआत्या समोर आल्या तशी सरस्वती रडायला लागली. सखूआत्याच्या पाया पडली.

''अहो बाई, काय करताहात तुम्ही! मोठ्या आहात तुम्ही माझ्यापेक्षा. नमस्कार कसला करताहात?''

''सखू, अगं तुझी माफी मागायला आलेय मी. तुला कसं वागवलं ते आठवलं, की शरमेने मरायला होतंय मला.''

सखूबाईंनी जावेला बसवलं, पाणी पाजलं. पुष्कळ वेळ दोघींच्या गप्पा चालल्या होत्या. सखूवर अत्याचार करणाऱ्या दिराचं तळपट झालं होतं. त्याच्यावर लाच खायचा आरोप झाला. शिक्षा झाली. तुरुंगातून सुटून आला तसा त्याला पक्षाघात झाला. पंधरा वर्षे तो अंथरुणाला खिळून होता. सगळ्या अंगाला खटं पडली होती.

त्यातून पू वाहायचा. तो रडायचा, भेकायचा. मला विष द्या म्हणायचा. पण मेला नाही.

"रोज रडायचे हो ते. म्हणायचे, त्या लहान मुलीवर मी अत्याचार केला. त्याची फळं भोगायला लागताहेत मला. कुणीतरी बोलवा हो तिला. तिचे पाय धरले तरच मला या यातनांतून सुटका मिळणार आहे."

"शेवटी राहवेना मला. झोपेच्या गोळ्यांची बाटली त्यांच्या हाताला लागेल अशी ठेवली आणि मी माहेरी गेले. संपला त्यांचा अवतार."

मुलगा जेलमध्ये गेला तसे सखूच्या सासूला वेड लागले. तिला कपड्यांची शुद्ध नसायची. तिला खोलीत बंद करून ठेवायला लागायचे. तिला अन्न दिले की त्यात विष्ठा कालवून ती खायची. एक दिवस तिने भिंतीवर आपटून आपटून डोके फोडून घेतले आणि मरून गेली.

"मामंजींची अगदी दुर्दशा झाली. त्यांना क्षयाची भावना झाली. तुला घालवून दिल्याचा त्यांना पश्चात्ताप झाला होता. किती पत्रे लिहिली त्यांनी तुमच्या भावाला. पण एका पत्राचे उत्तर नाही. एकदा तर ते स्वत: आले, तर तुमच्या भावाने त्यांना हाकलून लावले."

सदाशिवची ही करणी सखूआत्यांना माहीत नव्हती.

"गेल्या महिन्यात मामंजी वारले. त्यांनी वकिलाला बोलावून मृत्युपत्र करून ठेवले आहे. सगळ्या इस्टेटीचे दोन भाग केले आहेत. एक मला आणि एक तुला. मी वांझ. माझी कूस उजवलीच नाही. तुझ्या तळतळाटामुळेच घराला अपयश आले, असे मामंजी म्हणायचे. मरताना अगदी डोळ्यात पाणी आणून त्यांनी मला तुला मनावून वाड्यात आणायला सांगितले.

"सखू, तू चल. आपण दोघी मिळून राहू. जरा दोघींचीही मने हलकी होतील."

"बाई, मी कशी येऊ? माझी लहान भाचरं इथे आहेत. त्यांच्याकडे कोण पाहील?"

नारायण पुढे आला.

"आजी, तू आमची काळजी करू नकोस. राधाआजी आहेत. भिवाकाका आहेत. आम्ही आता मोठे झालो आहोत. तुझ्या सासरी तुझी गरज आहे. तू जा. आणि दुधगाव काही लांब नाही. चार तासांचा तर रस्ता. आम्ही तुला भेटायला येत जाऊ. तू पण येत जा. आमची काळजी करू नकोस."

इतक्या वर्षांनंतर सासरचे घर सोडून आलेली सखूआत्या त्या घरात परत गेली.

सखूआत्याचं आणि तिच्या जावेचं गूळपीठ जमायला वेळ लागला नाही. आधी सखूआत्या महिना, दोन महिन्यांनी गव्हाणगावी यायची. मग तिचे येणे कधीकधी होत गेले. अनसूया दोनतीनदा आत्याकडे राहायला गेली होती; पण तिथे तिला करमले नाही.

नारायण चांगला विद्यार्थी होता. पण अनसूया आळशी होती. तिला शाळेत बसायला नकोसे वाटायचे. अभ्यासाचा कंटाळा यायचा. मग ती शाळेला बुट्टी मारायची.

अशीच एकदा ती घरी होती. आरशासमोर उभी राहून वेणी घालत होती.

''ताई, दार लावून घ्या मागचं. मी वाईच जाऊन येतो.''

भिवा मागच्या दाराने बाहेर गेला. अनसूयेने दार लावून घेतले. पुन्हा आरशात आपले रूप न्याहाळत बसली. दाराची कडी वाजली. भिवा परत आला असे समजून तिने दार उघडले.

दार जोराने उघडून, अनसूयेला आत ढकलून श्रीकृष्ण आत आला. तांबारलेले डोळे, दाढीचे वाढलेले खुंट, घाणेरडे कपडे. अंगाला घाण वास येत होता.

श्रीकृष्णाने मागे वळून दाराला कडी लावली. तांबारलेल्या डोळ्यांनी त्याने अनसूयेकडे पाहिले. मग एकदम पुढे झेपावून त्याने तिला कवेत घेतले. अनसूया धडपडली पण श्रीकृष्णाची मिठी अतूट होती.

''काय छान दिसतेस गं! अगदी तुझ्या आईची छबी आहेस.''

श्रीकृष्णाने तिचे मुके घ्यायला सुरुवात केली. त्याच्या दाढीचे खुंट अनसूयाला बोचले. ती किंचाळली. इवल्याशा मुठींनी त्याला मारायला लागली.

श्रीकृष्णाने अनसूयेला उचलले. घरात नेले. शेजघराचे दार त्याने लाथाडून उघडले.

''याच खोलीत, याच बिछान्यावर तुझ्या आईला मी झोपवली होती. आज तुझी पाळी आहे. मला या घरातून लाथा घालून हाकललंत काय? आज सूड घ्यायला आलोय मी.''

एक आर्त किंकाळी हाताने दाबली गेली.

भिवा परत आला तेव्हा मागचे दार सताड उघडे होते. त्याच्या काळजाचा ठोका चुकला. हातातली पिशवी फेकून तो चौकात आला.

''अनुताई, ताई, कुठं आहात तुमी?''

शेजघराचे दार उघडून अनू बाहेर आली. तिचे केस विस्कटलेले होते. तिच्या चेहऱ्यावर ओरबाडलेल्या खुणा होत्या. तिचे पातळ रक्ताने भरलेले होते. भिवा पुढे धावला. पडणाऱ्या अनूला त्याने सावरले, खाली बसवले.

"काय झालं ताई? कोणी केला हा हलकटपणा?"

"काका, काका आला होता."

भिवा, संतापाने लाल झाला. अनूला बसवून धावत बाहेर गेला. राधाकाकूंना बरोबर घेऊन आला. राधाकाकूंनी अनूला खोलीत नेले. दार लावून घेतले.

"भिवा, माझ्या घरी जा. माझ्या औषधांचा बटवा मागितला म्हणून सांग. नारायणाला बोलावून आण."

नारायणला घेऊन भिवा परत आला, तेव्हा राधाबाई खोलीच्या बाहेर आल्या होत्या.

"अनूला स्वच्छ केलंय मी. औषधाचा बोळा लावून ठेवलाय. तोंडाला मलम लावलंय. अफूची गोळी दिलीय तिला. झोपून राहील ती. तू सखूताईंना बोलावून घे. पोरीला तिची फार गरज आहे."

नारायण भिवाला शोधायला गेला. पण भिवा वाड्यात नव्हता. मागल्या दारामागे नेहमी टांगून ठेवलेली कुऱ्हाड पण नव्हती.

राधाबाई अनूजवळ बसून होत्या. नारायण रातोरात जाऊन सखूआत्याला घेऊन आला.

"राधाआजी, भिवा कुठे आहे?"

"काय ठाऊक? तू असतानाच काल गेला, तो आलाच नाही."

दुसऱ्या दिवशी भिवा परत आला. त्याच्या कपड्यांवर रक्ताचे डाग होते. कुऱ्हाडीचे पाते रक्ताळलेले होते. कुऱ्हाड खुंटीला टांगून भिवा चौकात बसून राहिला.

सखूआत्या चौकात गेली. भिवाच्या समोर ओणवली. भिवा पुटपुटत होता.

"सांगितलो व्होतो ना घराकडं फिरकु नकोस म्हणून? पण रांडेचा आला. माझ्या पोरीला नासवली. माझ्या लेकराशी आक्रीत केलं. त्याला संपविला मी. आता न्हाय कुन्हाला काय करनार त्यो."

"नारायण, यशवंतराव वकिलांना बोलावून आण. लगेच या म्हणावं."

वकील आले. हलक्या आवाजात राधाबाईंशी बोलले. मग भिवाजवळ गेले. त्याच्या खांद्यावर हात ठेवून बसले. भिवा पुन्हापुन्हा तेच तेच बोलत होता.

"नारायण, ती कुऱ्हाड आण इकडे. दांडी काढून वेगळी कर. राखेने घासून टाक. सगळे डाग जाऊ देत. भिवाचे कपडे काढ आणि चुल्यात घाल. त्याला अंघोळ घाल. सगळे अंग, मुख्यत: त्याचे हात स्वच्छ कर."

भिवा स्वच्छ होऊन पुन्हा येऊन बसला. त्याच्या जळणाऱ्या कपड्यांचा वास सगळीकडे पसरला होता.

''आता मी काय सांगतो ते नीट ऐका. यात चूक होता कामा नये. आपल्या घरी काहीही झालेले नाही. अनूला ताप आला आहे. ती झोपून आहे. सखूताई तिला भेटायला आल्या आहेत. भिवा गेले दोन दिवस घरीच आहे. त्यालाही ताप आलेला आहे. तो झोपून आहे. तो या वाड्याच्या बाहेर गेलेला नाही.''

''राधाताई, भिवाला पण अफू द्या. आजचा दिवस तरी तो गुंगीत असला पाहिजे. आणि बाहेरचे कुणी आले तर मला लगोलग बोलवा.''

●●●

दुसऱ्या दिवशी वाड्यात पोलीस आले.

गव्हाणपासून दहा मैलांवर एका नाल्यात एक प्रेत सापडले होते. प्रेतावर कुऱ्हाडीचे पंचावन्न घाव पडलेले होते. प्रेताचे डोके धडापासून वेगळे झालेले होते आणि प्रेताचे लिंग कुऱ्हाडीने छाटलेले होते.

मयताच्या खिशातील कागदपत्रांवरून त्याचे नाव श्रीकृष्ण सखाराम गव्हाणकर, वय वर्षे बेचाळीस, असे सिद्ध झाले होते. पोलीसचौकशीत आढळून आले, की एक लुकडा माणूस हातात कुऱ्हाड घेऊन मयताचा पाठलाग करीत होता.

पोलीसतपासात असे आढळून, आले की मयत हा सदाशिव सखाराम गव्हाणकर यांचा धाकटा भाऊ असून कौटुंबिक क्लेशातून त्याने घर सोडलेले होते. त्या वेळी त्याची आणि कुटुंबाचा नोकर भिवा यांची मारामारी झाली होती.

पोलिसतपासात असे आढळले, की मारेकऱ्याचे वर्णन भिवा नावाच्या सदरहू नोकराशी जुळत होते. भिवाच्या चौकशीसाठी पोलिस वाड्यात आले होते.

त्यांच्या मागोमागच यशवंतराव गानू काळा कोट घालून घरात आले. जिल्ह्यातले सगळ्यात यशस्वी फौजदारी वकील म्हणून त्यांचे नाव होते. कलेक्टर, आयजीपी, सेशन्स जज्ज अशा लोकांच्यात त्यांची उठबस होती. त्यांना पाहून इन्स्पेक्टर चपापला. उठून उभा राहिला.

''बसा. बसा, राणेसाहेब. मी कोर्टात चाललो होतो. बाहेर तुमची जीप दिसली. मग आत आलो. काय काम काढलेत?''

राण्यांनी आपल्या येण्याचा हेतू सांगितला.

''ठीक आहे. तपास चालू ठेवा. मी दिवाणखान्यात बसतो म्हणजे तुमच्या तपासात ढवळाढवळ केली असे तुम्हाला वाटायला नको.''

गानू वकिलांचे वाड्याशी असलेले नाते सर्वश्रुत होते. ते दिवाणखान्यात असले तरी त्यांचे वजन राण्यांना जाणवत होते. राधाबाईंचा जबाब पोलिसांनी नोंदवून घेतला. त्या दिवसभर घरात होत्या. अनसूया आजारी असल्यामुळे तिच्याजवळ बसून

होत्या. भिवा दिवसभर घरीच होता. तो दिवस घरातून हलला पण नव्हता.

नारायणाने आपल्या जबाबात सांगितले, की भिवा दोन दिवसभर घरातच होता. अनसूयेसारखाच तोही आजारी होता. त्याला ताप चढत-उतरत होता. आताही तो झोपलेलाच होता. सखूताईंनी त्याच्या जबाबात सांगितले की त्या सकाळी आल्या तेव्हा भिवा घरातच होता. आजारी होता.

भिवाला पाहायला इन्स्पेक्टर राणे आणि एक शिपाई गेले. भिवा कांबळं पांघरून झोपलेला होता. इन्स्पेक्टरच्या इशाऱ्यावरून शिपायाने त्याच्या बरगडीत एक सणसणीत लाथ घातली. नशेत असलेल्या भिवाला त्याची जाणीवही झाली नाही. तो झोपूनच राहिला.

राण्यांनी त्याच्या हाताचे पंजे, नखे अगदी बारकाईने तपासली. पायाचे घोटे, टाचा निरखून पाहिल्या. त्याच्या कपड्यांची ट्रंक उघडून सगळे कपडे व्यवस्थित तपासले.

''तुमच्या घरी कुऱ्हाड, तलवार अशी काही हत्यारे आहेत काय?''

''तलवार वगैरे नाही. पण चुलाण्यासाठी लाकडे फोडायला कुऱ्हाड आहे. ती दाराच्या मागे असते.''

राण्यांनी कुऱ्हाडीच्या पात्याची, दांड्याची बारकाईने तपासणी केली. दांड्यातून काढून कुऱ्हाड तपासली. परत जाताना राणे दिवाणखान्यात थांबले. गानू आणि त्यांच्या कानगोष्टी झाल्या. गानूंना एक सॅल्यूट ठोकून राणे परतले.

''चला, एक संकट तर टळले. आपले जाबजबाब व्यवस्थित झाले. कुऱ्हाड, कपडे यांच्यातून काही धागे मिळाले नाहीत आणि वर आणखी सुरक्षितता म्हणून मी राण्यांना आज घरी बोलावले आहे. काय त्यांची अपेक्षा असेल ती पुरी करून टाकू.

''सखूताई, आल्यासरशी तुम्ही थोडे दिवस राहा. सगळं नॉर्मल दिसू द्या. अनूच्या मैत्रिणी आल्या तर सांगा, की तिला कांजिण्या आल्या आहेत म्हणून. म्हणजे कुणी आत येणार नाहीत.

''झाले ते फार वाईट झाले. पोरीच्या मनावरचं सावट जायला फार वेळ लागेल. अशी जखम लवकर भरत नाही. पण दुसरे प्रकरण झाले ते एका दृष्टीने बरेच झाले. नाहीतर त्या भीतीचे सावट जन्मभर राहिले असते. ते प्रकरण इथेच मिटवून टाकतो मी आता.

''आणि हो, श्रीकृष्णाची बॉडी पोस्टमॉर्टेमसाठी आलेली आहे. ती ताब्यात घेऊन संस्कार करायला पाहिजे. तो कसाही असला तरी तो गव्हाणकरच होता. मी माझ्या कारकुनाला पाठवतो. तो सगळे सोपस्कार करील.''

●●●

और्ध्वदेहिक करून नारायण घरी आला. चौकात बसून ऊन पाण्याने अंघोळ केली. अनसूया आणि भिवा गुंगीतच होते. नारायण अनसूयेच्या जवळ बसला. त्याने तिच्या डोक्यावरून हात फिरवला. अनसूया किंचाळली. तिने नारायणाचा हात झटकून टाकला.

''नारायणा, तू बाहेर जा. पुरुषाच्या हाताची जाणीव झाली, की ती अशीच करणार. ती पूर्णपणानं बरी होईपर्यंत तिला तू हातच लावू नकोस.''

राधाबाई घरी गेल्या. पुष्कळशी औषधे खलून त्यांनी एका बरणीत भरून आणली.

''सखूताई, हा लेप मी बनवून आणला आहे. पोरीच्या नाजूक भागाला खूप इजा झाली आहे. जुन्या पातळाच्या मऊ कपड्याच्या घडीत या लेपाचा थर द्या आणि मग ती घडी तिच्या आत सरकवा. तीनचारदा आतल्या आत ती घडी फिरवा. म्हणजे सगळीकडे औषध पसरेल. मग ती घडी तशीच आत राहू दे. दिवसातून दोनदा ती घडी बदलत जा. जखम बरी होईल आणि मी त्या लेपात मुळीचे चार वेढे घातले आहेत.''

''अगं राधे, पण तिला तर अजून न्हाणपण आलेलं नाहीये?''

''ते मला ठाऊक आहे. पण कशाला धोका पत्करायचा? त्या मुळीमुळे अपाय काही होत नाही. त्या सैतानाचं बीज कुठे पडलं असेल, तर ते जळून जाईल.''

पंधरा दिवसांनी अनसूयेची जखम पूर्णपणाने बरी झाली. राधाआत्या आणि सखूआत्या सतत तिच्याजवळ असायच्या. सखूआत्याच्या शेतावर एक कुणबीण होती. रखमा तिचं नाव. भली दांडगी आणि उंचनिंच. तिला सखूबाईंनी बोलावून घेतली. सावलीसारखे अनसूयेबरोबर राहायला सांगितले.

अनसूया गप्पगप्प राहायची. मुळीच बोलायची नाही. बाहेर जाताना तिच्याबरोबर कुणबीण आणि राधाबाई असायच्या. पण कुणी पुरुष जवळ आला, की अनसूयेला कापरे भरायचे. ती थरथरायला लागायची. एकदा श्रीकृष्णासारखा दिसणारा एक माणूस तिने पाहिला आणि तिला घेरी आली.

अगदी यशवंतराव गानूंसारखा लहानपणापासून पाहिलेला पुरुषही तिला घाबरवून सोडायचा. नारायण तिच्यापासून दूर राहायचा. तिच्याशी बोलायचा नाही. ती मात्र त्याच्याकडे पाहत राहायची.

अनसूयेची जखम बरी झाली; पण तिला रात्री झोप लागत नसे. राधाबाईंनी तिच्या वैद्य गुरूंकडून एक औषध बनवून आणले. त्याने तिला पुष्कळ बरे वाटले.

''सखूताई, हे औषध तिला जास्त वेळ देता येणार नाही. याच्यामधी काही गुंगीची औषधे आहेत. त्याचे व्यसन लागायची शक्यता आहे.''

“मग काय करायचं गं राधे? ती किंचाळायला लागली की कुणाचंच भान राहात नाही तिला.”

“हो ना. काहीतरी उपाय करायला हवा.”

त्या रात्री अनसूयेला औषध दिलेच नाही. ती अस्वस्थ झोपली आणि मग मध्यरात्री जागी झाली. किंचाळायला लागली. राधाबाईंना लाथाडून खोलीच्या बाहेर आली. थरथरत उभी राहिली. नारायण खोलीतून बाहेर आला. त्याने हळुवार आवाजात साद घातली. “अन्नू, अन्नू, अन्नू, अन्नू!”

तिच्या किंचाळ्यांना भेदून ती साद अनसूयेच्या मनात शिरली. ती ओरडायची थांबली. वळून तिने नारायणकडे पाहिले. पुन्हा नारायणने तिला हाक मारली,“अन्नू, अन्नू!”

अनसूया भानावर आली. तिने नारायणाला न्याहाळून पाहिले. “नाना, नाना” म्हणत तिने नारायणकडे धाव घेतली. त्याने तिला मिठीत घेतले. हातावर झुलवले. अनसूया शांत झाली. नारायण तिला घेऊन शेजघरात गेला. तिला बिछान्यावर झोपवले. तिने त्याचा हात घट्ट पकडून ठेवला होता. क्षणभरात ती गाढ झोपून गेली. नारायण रात्रभर तिच्याजवळ बसून राहिला.

•••

त्या दिवसापासून अनसूया भराभर सुधारली. रोज न्हायला लागली. नीट जेवायला लागली. घराबाहेर जायला लागली. रात्री नीट झोपायला लागली. पण नारायण जवळ असला तरच! मग नारायण तिच्याच खोलीत झोपायला लागला. सकाळी राधाबाई खोलीत गेल्या, तेव्हा दोघेजण जवळ झोपलेले होते. अनूसूयेचा उजवा हात आणि उजवा पाय नारायणच्या अंगावर होता.

“अगदी लहानपणी अश्शीच झोपायची बाळं ही!”

“पण सखूताई, आता ती काय लहान राहिली आहेत काय? या वयात असे झोपणे बरे नाही. भाऊ-बहीण असली म्हणून काय झालं!”

“राधाबाई, अगं लहानपणी आई सोडून गेली. बाप संन्यासी झाला. दोघांना एकमेकांचाच सहारा होता. आताही पाहिलंस ना? वैद्याच्या औषधानं जे झालं नाही, ते नारायणाच्या हाताने झाले.”

“तरी पण सखूताई, मला हे बरं वाटत नाही.”

“बरं. मी बोलते नारायणाशी.”

सखूआत्या नारायणशी बोलल्या. नारायणने अनसूयेची समजूत घातली. दोघेजण वेगवेगळ्या खोल्यांत झोपायला लागले.

दोन महिने उलटून गेले. सखूआत्याच्या जावेची सारखी बोलावणी यायला लागली. सखूआत्यानं तिच्या घरी जायची तयारी सुरू केली.

आणि एका रात्री अनसूया पुन्हा किंचाळत उठली. सखूआत्या धावत तिच्या खोलीत गेली. अनसूयेचे हात तिच्या मांड्यांमध्ये गच्च धरलेले होते. ती थरथरत होती. तिच्या अंगाला दरदरून घाम सुटला होता. तिचे डोळे मिटलेले होते. तिच्या पातळावर रक्ताचे डाग होते.

सखूआत्याने तिला शांत केले. हळू आवाजात तिला पुष्कळ समजावून सांगितले.

''राधाबाई, बघता बघता पोर शहाणी झाली की!''

''सखूताई, आता तर मला आणखीनच काळजी वाटतेय पोरीची. तुम्ही तिला तिकडेच घेऊन का जात नाही? अगदी खरं सांगायचं, तर मला या दोघांनीच इथं राहायला बरं वाटत नाहीये. मलापण आता रोज इथे राहायला जमणार नाही. आणि भिवाचं हे असं झालेलं!''

श्रीकृष्णाच्या खुनानंतर भिवात फार फरक पडला होता. तो पूर्वीसारखीच सगळी कामे करायचा, पण एखाद्या यंत्रासारखी. कुणी त्याच्याशी बोलत आहे हे त्याला उमगतच नसे. तोही कुणाशी बोलायचा नाही. पण सारखा काहीतरी पुटपुटत असायचा.

दत्ताच्या मंदिराची साफसफाई तो कित्येक वर्षे करीत असे. पण आता तो कायम तेच काम करत राहायचा. दहा वेळा झाडायचा, पुसायचा, निर्माल्य काढायचा, समया घासायचा, वाती बदलायचा. दरवेळी मंदिर झाडले की तो जाऊन अंघोळ करायचा. सारखे हात धूत राहायचा. एकदा कुणीतरी चपला घालून मंदिरात गेले, तर भिवा त्याच्या अंगावर धावून गेला. तो माणूस पळाला. आणि भिवा ती जागा सारखी पुसत राहिला.

नारायण भिवाबद्दल गानूवकिलांशी बोलला.

''नारायणा, माणसाचे मन ही फार चमत्कारिक गोष्ट असते. ते एकाच वेळी वेगवेगळ्या पातळ्यांवर वागते. भिवाने श्रीकृष्णाला ठार केले, याचा त्याला पश्चात्ताप होत नाही. तो अजून पुटपुटताना त्यालाच धमक्या देतो. त्याला आपण ठार मारले आहे हे त्याच्या मनाच्या एका पातळीला माहीत आहे; पण दुसऱ्या पातळीवर तो अजून श्रीकृष्णाचा सूड घ्यायच्या कल्पनेत अडकलेला आहे. आपले हात घाण झाले; की ते आपण धुतो. त्याच्या हातांना श्रीकृष्णाला मारल्याची संवेदना होत राहते, म्हणून तो कायम हात धूत राहतो, अंघोळ करत राहतो. आपल्या हातून पाप घडले आहे, आपण अपवित्र आहोत ह्याची जाणीव त्याला आहे; म्हणून तो मंदिर जास्त पवित्र

करायला पाहतो.''

''अनसूयेचे पावित्र्य भंग करणाऱ्याला त्याने जशी सजा दिली, तशीच सजा तो मंदिर अपवित्र करणाऱ्याला देऊ शकतो.''

सखूताई अनसूयेला घेऊन आपल्या घरी गेल्या. त्यांची कुणबीण त्यांच्याबरोबर गेली. राधाबाई आपल्या घरी गेल्या. भिवा आणि नारायण घरात राहिले. नारायण शाळेला नियमितपणे जायचा. पण मग त्याला घर खायला उठायचे.

वाड्यासमोर सोमणांचा वाडा होता. तिथे गांगल राहायचे. हरकामी माणूस. प्लंबर, इलेक्ट्रिशियन, मेकॅनिक सगळेच होते ते. कामाला उत्तम, वर्तणूक सचोटीची. उतरत्या वयामुळे हात थरथरायचे. घट्ट बसलेले नळ पान्ह्याने उचकटायला त्रास व्हायचा. पण तरीही ते काम करायचे.

शाळा सुटली की नारायण गांगलांकडे जायचा. काम शिकायला गांगलांबरोबर बाहेर जायचा. काम करायचा. अशीच दोन वर्षे गेली.

नियमित व्यायामाने नारायण त्याच्या वयापेक्षा थोराड दिसायचा. त्याच्या चेहऱ्यावर आणि वागण्यात प्रौढपणा आला होता.

दर महिन्याला पाळी आली, की अनसूयेला झटका यायचा. रक्ताचे डाग दिसले; की तिला तिच्यावर झालेल्या बलात्काराच्या आठवणी जाग्या व्हायच्या. ती भिऊन जायची. खोलीला कडी लावून स्वत:ला बंद करून घ्यायची. झोपेतून किंचाळत उठायची. चार दिवस संपले, की नॉर्मल व्हायची.

नारायण मधूनमधून सखूआत्याच्या गावी जायचा. त्याला अनसूया भेटायची. ती आता वयात आली होती. अगदी वेगळी दिसायला लागली होती. अंगाने भरली होती.

''नारायणा, अनसूया आता मोठी झाली आहे. तिच्यासाठी स्थळं बघायला हवीत.''

''आत्याबाई, मी काय सांगू? तुम्हाला योग्य वाटेल तसे आपण करू.''

नारायण जायला निघाला तशी अनसूया धावत आली. अगदी जवळ आली आणि थबकली. नारायणकडे पाहत राहिली. मग एकदम तिने त्याला मिठी मारली आणि तेवढ्याच वेगाने ती निघून गेली.

●●●

सखूआत्यांनी अनसूयेची पत्रिका बनवून घेतली. घाटेशास्त्री पंचक्रोशीत विद्वान ज्योतिषी म्हणून ओळखले जायचे. शास्त्रीबोवांनी पत्रिका निरखून पाहिली. हाताच्या बोटांवर आकडेमोड केली. नाकावरून घसरणारा चष्मा वर सरकवला. तपकीर भरलेले

नाक पंचाने शिंकरले.

"अशी पत्रिका फार क्वचित पाहायला मिळते. गुरुचंद्राचा नवपंचम योग आहे. शुक्र उच्चीचा आहे. राजयोग आहेत. पण मंगळ आणि शनी एकमेकांच्या राशीत आहेत. दोघेही बलवान आहेत. सप्तमस्थान दूषित आहे."

"शास्त्रीबोवा, लग्नाचा योग कधी आहे ते सांगा."

"तुम्हाला म्हणालो ना मी, की सप्तमस्थान दूषित आहे."

"म्हणजे काय?"

"म्हणजे ह्या मुलीचे लग्न होणे फार कठीण आहे. योग जवळजवळ नाहीच समजा."

"पण शास्त्रीबोवा, असं कसं होईल? काही परिहार वगैरे सुचवा. काही पूजा वगैरे करायला हवी का?"

"ह्या सगळ्या गोष्टी निरर्थक असतात. ग्रह म्हणजे काही माणसे नाहीत काही पैसे चारून फिरवायला. नियतीने जे भोगायला ठेवले आहे ते भोगलेच पाहिजे. परिहार करून भटजींचे पोट भरते, ग्रह फिरत नाहीत."

सखूआत्या जड अंत:करणाने घरी गेल्या. अनसूया तुळशीला दिवा लावून शुभंकरोती म्हणत होती. तिला पाहून सखूआत्याचे डोळे गळायला लागले.

"सखूआत्या, काय झालं गं? डोळ्यात काही गेलं का?"

अनसूयेला उत्तर द्यायचे टाळून सखूआत्या आत गेल्या.

त्या वर्षी दिवाळीला सखूताईंच्या जावेच्या माहेरची माणसे आली होती. त्यांचा भाचा नुकताच डॉक्टर झाला होता. सरकारी हॉस्पिटलमध्ये नोकरी करत होता. चार दिवस मजा आली. लॅडिस खेळताना तो आणि अनसूया पार्टनर्स असायचे.

काही दिवसांनंतर सरस्वतीबाई म्हणाल्या, "सखू, आनंदचे पत्र आले आहे."

"काय म्हणतोय भाचा? छान आहे अगदी. दिसायला, वागायला. अगदी दृष्ट लागेल असा आहे."

"त्याला अनसूया आवडली आहे म्हणतो."

"तसं असेल तर पोरीचं भाग्य उजळलं म्हणायचं! अहो, पण मुलगा एवढा डॉक्टर आणि आपली पोर चार बुकं शिकलेली. चालेल का त्याला?"

आनंद स्वत:च सखूताईंना भेटायला आला. पाळीच्या वेळी अनसूयेला त्रास होतो, हे त्याला सरस्वतीने सांगितले होते.

"आत्याबाई, ही तर अगदी कॉमन कंप्लेंट आहे. याला आमच्या शास्त्रात मेंन्स्टुअल हिमोफोबिया असे म्हणतात. त्यात काही विशेष नाही."

अनसूयेला आनंद आवडला होता. बघण्याचा समारंभ झाला. साखरपुडा झाला. देण्याघेण्याच्या याद्या ठरल्या. दोन महिन्यांनंतरचा मुहूर्त ठरला.

दोन गावांत जेमतेम साठ मैलाचे अंतर होते. पण मध्ये दोन मोठमोठे घाट होते, दऱ्या खोल होत्या.

नवीन पातळे घेऊन झाली. दागिने बनले. ब्लाउज शिवले. घराला रंग लागला. लग्नाच्या आदल्या दिवशी वऱ्हाड यायला निघाले. आणि घाटात बस कोसळली. इतर सर्व बचावले पण ड्रायव्हर आणि नवरामुलगा मात्र वाचले नाहीत. घाटेशास्त्रींनी केलेले अनसूयेचे भाकीत खरे ठरले. ही बातमी पसरायला वेळ लागला नाही. पुन्हा तिला एकही स्थळ आले नाही.

नारायणसाठी सखूआत्याकडे विचारणा आल्या होत्या; पण बहिणीच्या लग्नाआधी लग्न करायचे नाही; असे नारायणने ठरवलेले होते.

आनंदाचा प्राण घ्यायला अनसूयाच जबाबदार आहे, अशी सरस्वतीची ठाम समजूत झाली होती. तिला अनसूया डोळ्यांसमोर नकोशी झाली होती. कुठेही काहीही अपघात झाला, अप्रिय घटना घडली, की ती अनसूयेमुळेच झाली, असे ती बोलून दाखवायची.

जावेशी भांडण करणे सखूआत्याला परवडणार नव्हते. तिने नारायणला बोलावून घेतले.

अनसूया गव्हाणला परतली. सखूआत्या आणि सरस्वतीबाईंच्या शिस्तीत तिला स्वयंपाक करता यायला लागला होता. गव्हाणला ती लवकरच रुळली. तिचा हात फिरल्यावर वाडा पण हुशारीत आला.

नारायणचा व्यवसाय चांगला चालला होता. मागच्या चौकात खोलीत तो सगळे सामान ठेवायचा. सकाळपासून त्याला बोलावणी येत असत. दिवसभर तो बाहेरच असे. जेवायलासुद्धा त्याला फुरसत मिळायची नाही.

राधाबाई मधूनमधून यायच्या. त्यांचा संधिवात फार बळावला होता. त्यांना चालायला त्रास व्हायचा. पण चौकशी करायच्या.

''नारायणा, अरे अनसूया मोठी झाली आहे. स्थळं बघायला लाग तिला.''

''राधाआत्या, अगं मी पाहतोच आहे. सगळ्या ओळखीच्यांना सांगून झालंय. पेपरात जाहिरात दिलीये; पण दर ठिकाणी तिची पत्रिकाच आड येतेय. लोकांनी काहीबाही पसरवून ठेवलंय तिच्याबद्दल.''

''मग तू तरी कर लग्न. एवढ्या वाड्यामध्ये तुम्ही तिघंच भुतासारखी राहताय. तुझं झालं की तिचंही जमून जाईल.''

"नाही आत्याबाई. तिचं झाल्याशिवाय मी लग्न करणार नाही."

सखूआत्याला मधुमेहाचा विकार जडला. पुष्कळ दिवस चालढकल केली. तिच्या पायांच्या नसा कमजोर झाल्या. तिला चालता येईना. ती खुर्चीवर बसून असायची.

● ● ●

पाच वर्षे अशी उलटली. पुष्कळ ठिकाणी पत्रापत्री झाली. अनूची पत्रिका फारच चमत्कारिक होती. मुलाकडचे ज्योतिषी ठासून नाहीच सांगायचे.

पत्रिका पाहायची नाही असे सांगणारे पण आले. ज्यांना अनसूया आवडली ते तिला पसंत पडले नाहीत. आणि तिला जे आवडले, त्यांनी तिला नाही सांगितले.

पाळी आली, की अनसूया सैरभैर व्हायची. किंचाळत, रडत बसायची. मग नारायण तिला गोंजारायचा, कुरवाळायचा. कुशीत घेऊन झोपायचा. नारायणाचा पुरुषी वास अनसूयेला हवाहवासा वाटायचा. मग ती रोजच त्याच्याजवळ जायची. त्याला मिठी घालून झोपायची.

भिवा बोलत नसे, पण सारखा पुटपुटायचा. धुणीभांडी करणारी बाई गावाला चविष्ट बातम्या पुरवायची. नाना आणि अनसूयेची अफवा गावभर पसरायला ती कारणीभूत ठरली. दोघांनाही स्थळं यायची बंद झाली.

एक दिवस यशवंतराव गानू आले. दोघांनाही समोर बसवून बराच वेळ बोलत बसले.

"लोक काहीबाही बोलणारच. आपली मनं शुद्ध आहेत तोवर आपल्याला कुणाची फिकीर नसावी. पण लोकापवाद वाईटच. मला वाटतं, की तुम्ही दोघांनी आता लग्नाचा विचार करावात."

गानूंच्या दूरच्या नात्यात एक बहीणभाऊ होते. मुलगा शॉर्टसर्व्हिस कमिशन घेऊन आर्मीत गेला होता. एका चकमकीत त्याच्या पायाला इजा झाली होती. त्यामुळे त्याला सन्मानाने निवृत्ती मिळाली होती. त्याची बहीण नर्स होती. बरीच वर्षे शोध चाललेला होता. पण दोघांचीही लग्ने जुळत नव्हती.

"मुलामध्ये आणि अनसूयेमध्ये वयात अंतर पुष्कळ आहे. जवळजवळ पंधरा वर्षांचे. मुलगी पण नारायणाहून जरा मोठीच आहे. पण खानदान चांगले आहे. तुमच्यासारखाच मोठा वाडा आहे. शेती आहे. मुलाला शिकारीची आवड आहे. मुलगी पण धीट आहे.

"मी दोघांना माझ्या घरी बोलावून घेतो. तिथेच भेटी होतील. नोटीस देऊन टाकू. रजिस्टर लग्न उरकून टाकू म्हणजे गावात बोभाटा नको. या गावात विघ्नसंतोषी

लोकांना तोटा नाही.''

प्रताप उंचनिंच, धिप्पाड, मिशाळ होता. निर्मला अंगासरशी, सावळी होती. जुजबी बोलणी झाली. संध्याकाळी गानू घरी आले.

''काय कशी वाटली ती भावंडं? मला तर दोन्ही स्थळे ठीक वाटतात. त्यांनी पण तुमची बारीक चौकशी केलेली आहे. मग, हो सांगू?''

अनसूयेला प्रतापची भीती वाटली होती. पण तो स्वभावाने फार चांगला आहे, अशी गानूंनी खात्री दिली. शेवटी तिने होकार दिला. नारायणची संमती गानू वकील धरूनच चालले होते.

रजिस्ट्रारच्या ऑफिसमध्ये दोन्ही लग्ने लागली. प्रतापच्या गाडीतून अनसूया सासरी गेली. गानू वकिलांच्या मोटारीतून नारायण आणि निर्मला वाड्यावर आले. राधाबाई आणि भिवा वाड्याच्या दारात उभे होते. राधाबाईंनी भाकरतुकडा ओवाळून टाकला. पायांवर पाणी घातले. भिवा दोघांकडे बघत राहिला. काहीतरी पुटपुटत राहिला. निर्मलाने राधाबाईंना वाकून नमस्कार केला. भिवाला कोरा सदरा आणि टोपी दिली आणि पुष्कळ दिवस ओळख असल्यासारख्या सहजतेने ती वाड्यात वावरू लागली.

संध्याकाळी तिने भराभर स्वयंपाक केला. नारायणाला जेवायला घातले. भिवाला वाढून दिले. स्वत: जेवली. शेजघरात जाऊन बिछाना नीट केला. नारायण दिवाणखान्यात काहीतरी वाचत बसला होता.

''अहो, चला झोपायला.'' हुकमी आवाज ऐकून नारायण मुकाट्याने उठला. शेजघरात गेला. तिने त्याला बिछान्यावर झोपवले. दिवा मालवून ती त्याच्याजवळ येऊन झोपली. नारायणने पुढाकार घ्यायची वाट पाहत राहिली.

नारायण छताकडे बघत छातीवर हात ठेवून पडून राहिला होता. निर्मला डाव्या कोपरावर टेकून झोपली. उजवा हात तिने नारायणच्या छातीवर ठेवला. त्याचे हात तिने बाजूला केले. त्याच्या छातीवरून, पोटावरून ती हळुवारपणाने हात फिरवत राहिली.

हळूहळू तिचे हात नारायणच्या मांड्यांवर फिरले. त्याच्या पायजम्याची नाडी तिने खेचली. शेवटी नारायण जागला. निर्मला त्याच्यावर ओणवली. तिने त्याचे चुंबन घेतले आणि त्याला आपल्यात सामावून घेतले. तृप्त झाल्यावर ती नारायणाच्या कुशीत शिरली.

''मी तर तुमच्याविषयी काहीतरी वेगळंच ऐकलं होत; पण आता माझी खात्री पटली, की तुम्ही अजून ब्रह्मचारीच होतात.''

''आणि तू?''

''तशी शंका नका आणू मनात. मी नर्स आहे. मला शरीरव्यापार सगळे कळतात. माझी पण आज पहिलीच वेळ आहे, झोपा आता.''

∙∙∙

अनसूयेच्या शेजघरात भलामोठा शिसवी लाकडाचा पलंग होता. गुलाबाच्या पाकळ्यांची बिछान्यावर पखरण केलेली होती. अनसूया खिडकीतून बाहेर पाहत होती. प्रतापराव दार उघडून आत आले. दाराची कडी लावून घेतली. हळूहळू चालत ते अनसूयेजवळ गेले आणि एकदम तिला मिठी मारून तिचा मुका घ्यायला लागले.

दारु आणि सिगारेटचा मिश्र दर्प तिच्या नाकात घुसला. तिने चेहरा वळवला. नवऱ्याच्या मिठीतून सुटायला ती धडपडायला लागली. प्रतापरावांनी मिठी आवळली. तिला उचलून पलंगावर टाकली. तिच्या पदराला हात घातला. अनसूयेला एकदम काकाची मिठी आठवली. तिने एक दबलेली किंचाळी फोडली. दाराबाहेरून बायकांचे हसू ऐकू आले.

''अहो, अजून तर सुरुवातच नाही झाली. किंचाळायची अजून वेळ आलेली नाहीये.''

अनसूया थरथरत होती. सुन्न झाली होती. प्रतापरावांनी तिचे कपडे काढून टाकले. सगळे वजन तिच्यावर टाकून झोपले. तिचे स्तन कुस्करत राहिले. अनसूया विव्हळत राहिली. ते तिच्यात शिरले तशी तिला तीव्र वेदना झाली, ती किंचाळली. तिच्या तोंडावर हात दाबून प्रतापराव नवरेपणा गाजवत राहिले. एकदा, दोनदा, तीनदा. तिची शुद्ध हरपली.

तिला सकाळी जाग आली, तेव्हा प्रतापराव सिगारेट शिलगावून तिच्याकडे पाहत होते.

''आम्ही तुमच्याबद्दल काहीबाही ऐकलं होतं. पण तुम्ही अगदी अनाघ्रात कुमारिका निघालात. फार दिवसांनी अशी मजा आली.''

अनसूया कष्टाने उठली. तिच्या मांड्यांतून भोसकल्यासारख्या वेदना होत होत्या. तिच्या मांड्या रक्ताने चिकट झाल्या होत्या. प्रतापरावांचा उग्र दर्प तिच्या अंगात भिनला होता.

तिचा दिवस कसातरी उलटला. रात्र झाली तेव्हा तिला कापरे भरले. शेजघरात प्रतापराव तिची वाटच पाहत होते. अधाशासारखे ते तिच्यावर तुटून पडले.

प्रतापरावांची भूक भागतच नव्हती. रोज रात्री. अनेक वेळा. ओठ दाबून अनसूया सहन करत राहिली. दहा दिवस तिला मरणप्राय वेदना होत राहिल्या.

निर्मला नारायणला हळुवारपणाने खुलवत होती. दुपारी जेवायला तो घरी

यायचा, संध्याकाळी लवकर यायचा. मोगऱ्याच्या फुलांसारखी त्यांची रात्र फुलारायची.

•••

आणि एका संध्याकाळी अचानक अनसूया परत आली.

"अनसूया, तू?"

"अन्नू, हे काय? तू येणार हे कळवले पण नाहीस?"

"पळून आलेय मी. पुन्हा त्या घरात जाणार नाही. त्या राक्षसाबरोबर एक क्षणभरही राहायचं नाहीये मला. त्याच्या नावाचं मंगळसूत्र काढून टाकलं आहे मी."

अनसूयेने स्वतःला तिच्या जुन्या शेजघरात कोंडून घेतले. नारायण आणि निर्मला तिच्याशी बोलायचा प्रयत्न करीत होते. पण तिने उत्तर दिले नाही. निर्मलाची ती रात्र वाया गेली. नारायण सारखा अनसूयेच्या दारावर धक्के देत होता. तिच्याशी बोलत होता.

"चला आता. ती दार उघडायला तयार नाही. तुम्ही किती वेळ इथे उभे राहणार आहात?"

"अगं, पण ती उत्तर देत नाहीये. काही बरंवाईट करून घेतलं तिने तर?"

"काही बरंवाईट करून घेणार नाही. तिला तसं करायचंच असतं, तर ती इथपर्यंत आलीच नसती. रडू द्या तिला. रडून रडून तिचं मन हलकं होईल."

"किती दुष्ट आहेस तू!"

"दुष्ट नाही, शहाणी आहे. नर्स आहे मी. मला पेशंट्सचे सगळे मूड्स कळतात. या तुम्ही, झोपा आता. सकाळी बघू!"

अनसूया लवकर उठली. अंघोळ करून देवळात जाऊन बसली. निर्मला स्वयंपाकघरात होती. नारायण देवळात जायला लागला.

"जाऊ नका तिकडे. तिला बसू द्या तिकडे. जेव्हा तिला वाटेल, तेव्हा ती येईल."

नारायण बाहेर गेला. येरझारा घालत राहिला. दिवाणखान्यात बसून पेपर वाचताना देवळाकडे पाहत राहिला. जेवायला पाने मांडली, तशी अनसूया आत आली. न बोलता जेवली आणि पुन्हा देवळात जाऊन बसली.

संध्याकाळी गानू वकील आले.

"कॅप्टनसाहेबांचा फोन आला होता. अनसूया अचानक माहेरी निघून आली म्हणाले. काय झालं?"

निर्मलाच पुढे झाली.

''काही नसेल हो. आठवण आली असेल माहेरची. लहान आहे ती. सांगायला विसरली असेल.''

गानूंचे समाधान झालेले दिसले नाही. चहा पिऊन ते निघून गेले.

चार दिवस असेच गेले. अनसूया जेवायला यायची. एक शब्दही बोलायची नाही. दिवसभर देवळात बसून असायची. देवळात येणाऱ्यांशीही बोलायची नाही. रात्री खोलीला आतून कडी लावून घ्यायची. नारायणला तिची फार काळजी वाटायची. पण निर्मला शांत होती.

ती देवळात असली, की भिवा तिच्याजवळ राहायचा. कुणी तिच्याशी बोलायला गेले, तर तो हातवारे करून त्यांना दूर करायचा. रात्री तो अनसूयेच्या दाराबाहेरच झोपायचा.

●●●

पाचव्या दिवशी रात्री अनसूया किंचाळत खोलीच्या बाहेर आली. धावत मागच्या चौकात गेली. भराभरा अंगावर पाणी घ्यायला लागली. निर्मलाने तिला मागून मिठी मारली. हळू आवाजात ती तिच्याशी बोलत राहिली. तिने तिला धरून तिच्या खोलीत नेले. आपल्या खोलीतून ती औषधाची पेटी घेऊन आली. पुष्कळ वेळ अनसूया किंचाळत राहिली. मग हळूहळू तिचा आवेग कमी झाला. ती हुंदके देत राहिली. थोड्या वेळाने हुंदके पण थांबले.

''काय झालं गं तिला?''

''अहो, तिला पाळी आली आहे, घाबरली आहे. पूर्वी तिला असं झालं होतं कधी?''

''हो, दर पाळीच्या वेळी असंच व्हायचं तिला. तू राधाबाईंना विचार.''

''तिला झोपेचं औषध दिलं आहे. मी आता तिला तपासून पाहते.''

दुपारी राधाबाई आल्या होत्या. त्यांना चालवत नव्हते. त्यांचे हात आणि पाय थरथरत होते. कशाबशा त्या आल्या होत्या. हळूहळू आवाजात त्या दोघींचे बराच वेळ बोलणे चालले होते.

राधाबाई गेल्यावर निर्मला खोलीत आली.

''अनसूयेला डॉक्टरकडे न्यायला पाहिजे. आधी तिला गायनॉकॉलॉजिस्टला दाखवू. पाळी सुरू व्हायच्या वेळी पुष्कळ मुलींना हेमोफोबिया होतो. पण आता वीस वर्षे उलटून गेली आहेत. तेव्हा असं व्हायला नको. तिला दुसरा काही ट्रॉमा झाला होता का?''

नारायणला काकांनी अनसूयेवर केलेला बलात्कार चांगलाच आठवत होता.

पण निर्मलाला सांगायचा त्याला धीर झाला नाही.

"मला काही माहीत नाही. तू राधाबाईंशी बोललीस ना?"

"हो, राधाबाई मला एवढंच म्हणाल्या की पाळी यायच्या आधी तिला पदर, धुपणी वगैरे काही त्रास झाला होता आणि म्हणून त्यांनी कुठल्याशा वैद्याचा आयुर्वेदिक औषधाचा पिचू तिला दिला होता."

नारायणला हायसे वाटले. म्हणजे राधाकाकूंनीही 'ती' गोष्ट दडवून ठेवलेली होती. 'पिचू' म्हणजे काय ते त्याला कळले नाही. पण तो गप्प राहिला. निर्मलाने दिलेल्या औषधाचा उतारा पडला तसा अनसूयेला उलट्या सुरू झाल्या. नारायण घाबरून गेला.

"झोप यायला गोळी दिली होती तिचा साईड इफेक्ट कधीकधी असा होतो. तिला खूप साखर, मीठ घालून लिंबू सरबत देते आहे. थांबतील थोड्या वेळानं उलट्या."

उलट्या थांबल्या. ग्लानीमध्ये अनसूया पडून राहिली.

"तुम्ही जा झोपायला. मी थांबते अनसूयेबरोबर."

नारायण तळमळत पडला. पहाटे केव्हातरी त्याला जाग आली.

"आज मी अनसूयेला डॉक्टर परचुऱ्यांना दाखवायला घेऊन जाणार आहे." पण अनसूया जायला तयार नव्हती.

"अहो, जरा तिला समजावून सांगा. तिला म्हणावं की डॉक्टर तिला फक्त तपासणार आहेत. तिला काही इजा होणार नाहीये."

नारायण तिला समजावयाला गेला. अनसूया डोळे मिटून पडली होती. तिने त्याचा हात घट्ट धरून ठेवला आणि ती रडत राहिली.

निर्मला बाहेर जाऊन आली.

"संध्याकाळी दवाखान्यातून परत जातांना डॉक्टर येणारेत."

डॉक्टरांनी अनसूयेला थर्मामीटर लावलं, ब्लडप्रेशर घेतलं. डोळे तपासले. जीभ पाहिली. मग त्यानी निर्मलेला खूण केली. निर्मला नारायणजवळ आली, दबक्या आवाजात म्हणाली.

"तुम्ही बाहेर जा. डॉक्टरांना तिला तपासायचे आहे."

नारायण बाहेर गेला. निर्मलेने आतून दार लावून घेतले. पण तो बाहेरच उभा राहिला.

आणि आतून अनसूयेच्या किंचाळ्या ऐकू येऊ लागला. भिवा दाराजवळ येऊन उभा राहिला. त्याच्या हातात एक दांडके होते. दाराकडे खुनशी नजरेने पाहत तो

उभा होता. दबक्या आवाजातले हुंदके ऐकू येत होते. दार उघडले. हातात बॅग घेऊन डॉक्टर बाहेर आले. त्यांच्या मागोमाग निर्मला होती.

घशातून चमत्कारीक आवाज करून भिवा पुढे झेपावला. हातातले दांडके त्याने वर उगारले.

नारायणने भिवाला मागाहून मिठी मारली. त्याला ओढत घेऊन तो मागच्या चौकात गेला. त्याच्या हातातले दांडके काढून घेऊन त्याने भिवाला आंघोळीच्या दगडावर बसवले. त्याच्या डोक्यावर दोन बादल्या पाणी ओतले.

डॉक्टरांना दारापर्यंत सोडून निर्मला परत आली. भिवाला ओला सोडून नारायण परत आला.

नारायण अनसूयेच्या खोलीत डोकावला.

''आत नका जाऊ. पिसाळलीये ती. तिला आवरायला शेवटी क्लोरोफॉर्म द्यायला लागला. मला अजून तिचे कपडे नीट करायचे आहेत.''

बऱ्याच वेळाने निर्मला बाहेर आली. दिवाणखान्यात नारायणाच्या जवळ येऊन बसली.

''डॉक्टरांनी तपासलं अनसूयेला. तिच्या गुप्तभागाला इजा झालेली आहे. इन्फेक्शन आहे. तिला लगेच औषधांचा कोर्स सुरू करायला हवा.

''आणखी एक गोष्ट. तिच्या तपासणीवरून दिसलं की तिला झालेल्या मूळच्या जखमा फार जुन्या आहेत. अलीकडे पुन्हा उघडलेल्या आहेत. शिवाय आणखी एक आहे. तिला पुरुषाचा हात लागला की ती हिस्टेरिकल होते. काय झालंय तिला? काय झालं होतं पूर्वी?''

निर्मला नारायणकडे रोखून पाहत राहिली. आधी त्याने तिची नजर धरली. मग त्याची मान खाली गेली.

''आणि भिवाला काय झालं होतं? डॉक्टरांना तो ओळखत नाही का? नेहमी शांत असलेला भिवा दांडकं घेऊन मारायला का आला होता?''

नारायण गप्प राहिला. खाली पाहत राहिला.

''हे पहा, काल मी राधाकाकूंशी बोलले आहे. आज मी अनसूयेला तपासलं आहे. काय झालेलं आहे त्याची मी कल्पना करू शकते. तुमच्या तोंडून ऐकायचं होतं मला. नसेल सांगायचं तर नका सांगू.''

निर्मला उठून गेली. लगेच परतली.

''अहो, अनसूयेनं दार आतून लावून घेतलंय. मी तिला हाका मारतेय, पण ती उघडतच नाहीये. जरा तुम्ही बोलून पहा.''

नारायण उठला. अनसूयेच्या दाराजवळ गेला. फटीला तोंड लावून म्हणाला, ''अनू, दार उघड. मी आलोय.''

दार उघडले. नारायणला मिठी मारून अनसूया हमसाहमशी रडायला लागली. नारायणने तिला हळूहळू बिछान्याजवळ नेले, झोपवले. तिने त्याचा हात गच्च धरून ठेवला होता.

निर्मला आत आली. तिच्या हातात पाण्याचे भांडे आणि औषधाच्या गोळ्या होत्या.

''अनू, उठ. गोळ्या घे.''

अनसूयेने तोंड फिरवले. स्टुलावर पाणी आणि औषधे ठेवून निर्मला निघून गेली.

''अनू, उठ औषध घे.''

''ती? ती गेली?''

''हो.''

अनसूया उठली. तिने गोळ्या घेतल्या.

''नाना, दुखतंय रे मला फार. सहन होत नाहीये मला.''

''अनू, औषध घे. तुला बरं वाटेल. निर्मला तुला औषधं लावून देईल.''

अनसूयेचा चेहरा पालटला, हिंस्र झाला.

''मला नको ती. तिच्या भावानं मला काय केलंय माहितीये? ही पण तसलीच आहे. तिला हाकलून दे.''

एक मोठी किंचाळी फोडून अनसूया खाली पडली. तिचे हातपाय ताठ झाले. तिचे डोळे गरगर फिरत होते. तिच्या तोंडातून लाळ गळत होती.

निर्मला धावत आली. बॅग उघडून तिने लाकडाची पट्टी काढली. अनसूयेचे गाल दाबून धरून तिने तिचे तोंड उघडले आणि दातात पट्टी अडकवली.

''तिचे पाय दाबून धरा.''

एका लहान बाटलीचे घट्ट झाकण उघडून निर्मलाने ती बाटली अनसूयेच्या नाकाजवळ धरली. त्यातल्या अमोनियाचा वास नाकात गेला, तशी अनसूया शहारली. तिने डोळे उघडले. हळूहळू तिचा चेहरा सरळ झाला. निर्मलाने तिच्या तोंडातली पट्टी काढली. तिला बसती करून एक घोट पाणी पाजले आणि मग पुन्हा झोपवून ठेवले.

''अनसूयेला अपस्माराचा झटका आला आहे. तुमच्या घराण्यात कुणाला फिट्स यायच्या?''

नारायणच्या डोळ्यांना त्याचे ध्यानस्थ बसलेले वडील दिसले. त्याच्या आईचे

पाण्यात फुगलेले प्रेत दिसले. त्याने फक्त मानेने नकार दिला.

‘‘स्ट्रेसमुळे पण फिट्स येऊ शकतात. मला वाटतं, की अनसूयेला सायकिॲट्रिक ट्रीटमेंट द्यायला पाहिजे. तिच्या मनावर परिणाम झालेला आहे. कुठला तरी वाईट अनुभव तिला छळतो आहे.

‘‘असे अनुभव पायात शिरलेल्या काट्यासारखे असतात. वेळीच काढला नाही तर त्या काट्याचे कुरुप होते. तिला आपण सिव्हिल हॉस्पिटलमध्ये घेऊन जाऊ. तिला चार दिवस गायनॅक वॉर्डमध्ये ठेवू. तिथे डॉक्टर पटेल आहेत. सायकिॲयट्रिस्ट. तेही तिला बघतील. तिथले पुष्कळ डॉक्टर माझ्या ओळखीचे आहेत.’’

पण अनसूया घराबाहेर जायला तयार नव्हती. तिने निर्मलाशी बोलणे टाकले. निर्मला तिला औषध द्यायची. ती मुकाट्याने घ्यायची. निर्मला तिला ड्रेसिंग करून द्यायची. तेव्हा ती ओरडत राहायची. नारायण आणि भिवा खोलीच्या बाहेर उभे राहून ऐकत राहायचे.

‘‘तिचा अँटीबायोटिकचा कोर्स आता संपत आला आहे. तिच्या जखमा पण भरत आल्या आहेत. तिला मी रोज दोनदा डूश देते. अँटीफंगल व्हजायना क्रीम लावते. पॅप स्मीअर चेक केला. नॉर्मल आहे. तिची युरीन पण तपासून घेतली आहे. पस सेल्स भरपूर होते. पण आता अँटिबायोटिक्सनंतर नॉर्मलला येईल ती.’’

आठ दिवसांत अनसूया नॉर्मल झाली. पण तिचे वागणे नॉर्मल झाले नाही. ती कुणाशी बोलायची नाही. देवळातही जायची नाही. खोलीत बसून राहायची. केस विंचरायची नाही. रोज अंघोळ करायची नाही. जेवायला बसली तर अन्न चिवडत बसायची.

‘‘अनूचं वागणं फारच चमत्कारिक झालंय. ती माझ्याशी बोलत नाही. मी बोलायला गेले तर तोंड फिरवून बसते. औषधं घ्यायला त्रास देते. अंघोळ नाही, कपडे बदलणं नाही. केस विंचरणं नाही. काय अवतार करून घेतलांय तिनं. तुम्ही जरा तिच्याशी बोलून बघा ना.’’

नारायण अनसूयेच्या खोलीत गेला. हळूहळू बोलत राहिला. ती त्याच्याकडे पाहत राहिली. तिने त्याचा हात धरला. घट्ट पकडून बसली. नारायणकडे टक लावून पाहत राहिली. पण एक अक्षर बोलली नाही.

दुसऱ्या दिवशी निर्मलाला एक जाडजूड पत्र आले.

‘‘मला घरी जायला पाहिजे. आमच्या शेताबद्दल शेजाऱ्यांशी वाद चालू आहे. त्या संबंधांत तलाठ्यासमोर साक्ष द्यायला मला जायला हवे. मी लवकरच परत येईन.’’

निर्मला माहेरी गेली. नारायण खाणावळीतून डबा घेऊन आला. तो आणि भिवा जेवले. पण अनसूयाने अन्नाला बोटपण लावले नाही.

नारायण कामावरून आला तेव्हा अनसूया तिच्या खोलीत बसलेली होती. तिच्या पारोशा अंगाचा वास खोलीत कोंदला होता.

''अनु, काय चालवलंय तू हे? का जेवत नाहीस? का अशी घाणेरडी राहतेस? काय दशा झालीये तुझ्या केसांची? अंघोळ का करत नाहीस?

''तू घालतोस मला अंघोळ? विंचरतोस माझे केस?''

चुलाणे लावून नारायणने पाणी तापवले, तेल लावून त्याने तिचे केस विंचरले. जटा काढल्या. तिला दगडावर बसवून त्याने तिला अंघोळ घातली. तिचे अंग पुसून दिले. तिला कपडे घातले. तिला हाताने भरवले. तिला थोपटून झोपवले. तिने त्याला ओढून बिछान्यावर घेतले. त्याला मिठी मारून अनसूया शांत झोपली.

•••

दुसऱ्या दिवशी उठून अनसूयेने स्वयंपाक केला. दिवसभर ती कामात राहिली. रात्री जेवण झाल्यावर तेलाची बाटली आणि कंगवा घेऊन ती नारायणपुढे बसली. नारायणने तिची वेणी घालून दिली. तिला झोपवले. तिने त्याचा हात घट्ट धरून ठेवला.

''नाना, मला दुखतंय रे. मला औषध लावून दे.''

''मी कसं लावू? तू लाव तुझ्या हातानं.''

अनसूयेचे हातपाय ताठ झाले. तिच्या तोंडातून लाळ गळायला लागली. तिचे डोळे फिरायला लागले. तिच्या गळ्यातून चमत्कारिक आवाज यायला लागले. नारायण घाबरला. त्याने तिच्या तोंडावर पाणी मारले. तिचे तोंड पुसून काढले. तिचे हातपाय चेपून दिले. हळूहळू अनसूया शांत झाली. झोपली. पण नारायण तिच्याजवळ बसून राहिला.

पहाटे अनसूया उठली. औषधाची ट्यूब घेऊन आली. उताणी झोपली. आपली साडी तिने वर ओढून घेतली. पाय फाकवले.

''नाना, मलम लावून दे.''

नारायण घोटाळला. पण अनसूयाला पुन्हा झटका येईल या कल्पनेने त्याने मलमाची ट्यूब उचलली.

''नीट चोळून लाव, आता आतल्या बाजूने. अजून आत लाव. अजून आत.''

नारायण मलम लावत होता. अनसूया कण्हायला लागली. हळूहळू पाय झाडत राहिली.

कसेबसे मलम लावून नारायण उठला. धावत बाहेर गेला. शिळेवर उभे राहून गार पाणी अंगावर घेत राहिला.

मग रोज असेच चालत राहिले.

• • •

एके दिवशी सकाळी दहा वाजता दारात टांगा उभा राहिला. प्रताप आणि निर्मला खाली उतरले. निर्मला घरात आली. तिचा भाऊ दिवाणखान्यात बसला. निर्मला पाणी घेऊन बाहेर आली.

"काय नारायणराव, आमच्या सौं.ची प्रकृती कशी आहे? माहेरची इतकी आठवण आली, की आम्हाला न सांगताच परत आल्या त्या! चालायचंच. पोरवय आहे. आम्ही त्यांना घेऊन जायला आलोय."

"मी जाणार नाही. सांगून ठेवते. मला त्या राक्षसाबरोबर संसार नाही करायचा."

"अगं अनू, असं काय करतेस? नवरा आहे तो तुझा. तुला त्याच्याजवळ राहायला पाहिजे."

"नाना, तुला मी एकदा सांगितले. मी जाणार नाही."

"अनसूया वन्सं, अहो, सुरुवातीला जरा त्रास होतो. पुढे तुम्हाला त्यात गोडी लागेल. शहाण्या ना तुम्ही? चला, मी तुमची ट्रंक भरून देते."

"तू नकोस भोचकपणा करूस. मी इथेच राहणार. सांग तुझ्या भावाला मी येणार नाही म्हणून."

नारायण कसनुसा झाला. दिवाणखान्यात जाऊन मेव्हण्यासमोर गप्प बसून राहिला. निर्मला चहा घेऊन आली. भावाशी हळूहळू बोलत राहिली.

"नारायणराव, आम्ही जातो. आम्ही फौजी माणसं. आम्हाला शिस्त असते. आणि इतरांनीही शिस्तीनं वागावं, अशी आमची अपेक्षा असते. त्यांना सांगा, म्हणावं आताच्या आता आमच्याबरोबर निघा, नाहीतर कधीच येऊ नका."

अनसूया आपल्या खोलीचे दार आतून बंद करून बसली होती. तिच्या नवऱ्याचा निरोप नारायणने तिला दाराच्या फटीतून दिला. पण तिने उत्तर दिले नाही.

नारायण बाहेर आला तेव्हा अनसूयेचा नवरा निघून गेला होता. दिवसभर अनसूया खोलीतून बाहेर आलीच नाही.

रात्री निर्मला नारायणला चिकटून म्हणाली, "माझी आठवण आली की नाही?"

"अगं, सारखी आठवण आली. अनसूयाला त्रास होत होता ना."

"बरं, तिला त्रास झाला म्हणून फक्त माझी आठवण आली होय? मग रात्री

तरी आठवण झाली होती का?''

''अगं रात्रीच तर तिला त्रास व्हायचा.''

''मग तुम्ही काय करत होता?''

''तिला औषध लावून देत होतो.''

निर्मला चमकली. उठून बसली. ''तिला आपलं आपण लावता येत नव्हतं? निर्लज्ज कुठली!''

नारायण गप्प राहिला. निर्मलाने नारायणला कुरवाळायला सुरुवात केली. तिचे हात त्याच्या मांड्या गोंजारायला लागले. नारायण जागा व्हायला लागला. निर्मलाने त्याच्या पायजम्याची नाडी अलगद ओढली. आणि तेवढ्यात दार वाजले.

''कोण आहे?''

''मी आहे, दार उघड.''

''आता काय काम आहे तुझं?''

''मला दुखतंय, औषध लावून दे.''

निर्मलेने कपडे सावरले. दार उघडले. अनसूया आत यायचा प्रयत्न करत होती. निर्मलाने तिची वाट अडवून ठेवली.

''आत जाऊ दे मला.''

''तुझं काय काम आहे इथं? चल, मी तुला औषध लावून देते.''

''तू नको, दादा देईल लावून.''

''मूर्खासारखं बोलू नकोस. चल तिकडे.''

निर्मलाने अनसूयेचा हात धरून ओढत तिच्या खोलीकडे नेले. तिला आत ढकलून देऊन तिने तिच्या खोलीला बाहेरून कडी लावून घेतली. अनसूया दाराला धक्के देत किंचाळत राहिली. निर्मलाला शिव्या देत राहिली.

नारायण दारासमोर उभा होता.

''चला, आता आपल्या खोलीत. कशाला उभे आहात इथे?''

''अगं, पण तिला तू कोंडून काय घालतेस? तिला फिट आली म्हणजे?''

''चला, तुम्हाला मी सगळं समजावते.''

नारायणचा हात धरून निर्मला त्याला आपल्या खोलीत घेऊन गेली.

''हे पहा, अनसूयेला फिट वगैरे काही येत नाहीत. हा सगळा हिस्टेरियाचा प्रकार आहे.''

''अगं, पण ती खाली पडते. हातपाय ताठ करते. म्हणजे तिला फिट नाही का येत?''

"नाही. फिट म्हणजे एपिलेप्सी. जेव्हा फिट येते तेव्हा त्या व्यक्तीच्या शरीरावरचा त्याच्या मनाचा ताबा सुटतो. ती पडली तर तिला इजा होते. हातापायाला झटके येत राहतात. हिस्टेरिया म्हणजे मनोरुग्णता. हातपाय ताठ राहतात आणि ती व्यक्ती अशा तऱ्हेने पडते, की तिला इजा होऊ नये.

"अनूला एपिलेप्सी नाही. तिला हिस्टेरिया आहे. आपल्याकडे लक्ष वेधून घेण्यासाठी ती हे सगळं करते आहे. तिला कोंडून ठेवलं, तरी ती काही करणार नाही. चला या आता निजायला."

नारायण बिछान्यावर पडला पण त्याचे मन थाऱ्यावर नव्हते. निर्मलाच्या हातांना त्याचे शरीर प्रतिसाद देत नव्हते.

"अहो, काय चाललंय? मी आज आठ दिवसांनी आले परत. मला वाटलं की इतक्या दिवसांच्या उपासानं तुम्हाला कडकडून भूक लागलेली असेल, पण तुमची तयारीच होत नाहीये."

पण नारायणला ऊब येईचना. निर्मलाने त्याचा नाद सोडून दिला. कुशीवर वळून ती झोपली. हलकी घोरायला लागली.

नारायणला झोप येईना. दोन वाजल्याचे टोले पडले, तसा तो हलकेच उठला. पाय न वाजवता अनसूयेच्या शेजघराकडे चालत गेला. अनसूयेच्या दाराची कडी काढून तो आत गेला. अनसूया बिछान्यावर झोपली होती. तिच्या अंगावर एकही कपडा नव्हता. तिचे हात तिच्या स्तनांवर होते. तिचे पाय फाकलेले होते.

मंद दिव्याच्या प्रकाशात नारायण तिला बघत राहिला. त्याचे कान गरम झाले. त्याला श्वास घ्यायला अवघड जायला लागले. तो हळूहळू चालत तिच्याजवळ गेला. तिला न्याहाळत राहिला.

अनसूयेने डोळे उघडले. हात पुढे करून तिने नारायणला खेचून घेतले. नारायण तिच्या अंगावर पडला. तिच्या उबदार, मऊ स्पर्शाने तो शहारला. तिच्या डोळ्यांतून कढत अश्रू वाहायला लागले.

"काय झालं अनू? दुखतंय का? मलम लावून देऊ?"

"मलम नको. असाच हात लाव. हळूहळू चोळ."

कुशीवर वळून तिने एक पाय वर केला. नारायणच्या हाताला जागा करून दिली. हळूहळू कण्हत राहिली. मग तिने नारायणच्या पायजम्याची नाडी सोडली.

"काय करतेस तू हे? असं नको करू."

"तुला आवडतं ना? ती तुला करून देते ना? मग मी केलं तर काय बिघडलं?"

"नाही, ते बरोबर नाही. मी भाऊ आहे तुझा."

नारायण बाजूला सरकला. खाली पाय सोडून जमिनीवर उभा राहिला. त्याचा पायजमा सुटला होता. अनूचे पाय फाकलेलेच होते.

दार ढकलून निर्मला आत आली. पाय फाकवलेली निर्वस्त्र अनसूया आणि सुटलेला पायजमा उचलायचा प्रयत्न करत असलेला नारायण तिला दिसले. तिच्या चेहऱ्यावर घृणा आणि तिरस्कार उमटले. जमिनीवर थुंकून ती मागे वळली आणि निघून गेली.

घाईघाईने नाडी बांधून नारायण तिच्या मागे गेला. पण तिने शेजघराचे दार आतून बंद केले होते. नारायण दार ठोठावत राहिला. पण निर्मलेने दाद दिली नाही.

मागून आवाज आला म्हणून नारायणने वळून पाहिले. भिवा मागे उभा होता. त्याच्या हातात दांडके होते. त्याच्या डोळ्यांत वेडसर भाव होते. तोंडाने हलक्या आवाजात गुरकावून तो शिव्या देत होता. नारायण मागे सरला.

''भिवा, मी नारायण आहे. मी नाना. भिवा, मी नाना.''

भिवा थांबला. त्याने नारायणला निरखून पाहिले. मग एक सुस्कारा सोडून तो ओसरीवर परत गेला. दांडके कोपऱ्यात ठेवून अंगाचे मुटकुळे करून तो पुन्हा पडून राहिला.

नारायण तसाच उभा राहिला. मग तो ओसरीवर गेला. भिंतीला टेकून बसला. समईच्या मंद प्रकाशात चमकणाऱ्या दत्ताच्या मूर्तीकडे पाहत राहिला. नकळत त्याच्या तोंडून स्तोत्र उमटायला लागले.

''जगदुत्पत्तिकर्त्रेच स्थितीसंहार हेतवे
भवपाथ विमुक्ताय दत्तात्रेयो नमोस्तुते
कर्पूरकांति देहाय ब्रह्ममूर्तीधरायच
वेदशास्त्र परिज्ञाय दत्तात्रेयो नमोस्तुते
जराजन्मविनाशक देहशुद्धीकरणायच
दिगंबराय दिव्याय दत्तात्रेयो नमो नमः
दत्तभक्त शिखामणिर्विजयते
दत्तम् शरणम् भजे
दत्तेनामपऱ्हुतम् तमोमयमसत्
दत्ताय तस्मै नमः

●●●

पाचचे टोल पडले तसा भिवा उठला. आंगण झाडून त्याने सडा घातला. देऊळ उघडून त्याने फरशी पुसून घेतली. समईच्या वाती सरकावल्या. झारीतून समयांत

तेल ओतले.

हातात पेटी घेऊन निर्मला घरातून बाहेर आली.

''मी जातेय माझ्या घरी. आता पुन्हा पाऊल टाकणार नाही या घरात. तुमच्याविषयी ऐकलं होतं मी; पण आता डोळ्यांनीच पाहिलं. शिसारी आली मला. तुमचा भावाबहिणींचा संसार चालू द्या सुखात.''

निर्मला निघून गेली. नारायण सुन्नपणाने बसून राहिला. देवळात येणाऱ्यांची वर्दळ खूप वाढली. तरी नारायण तसाच बसून होता. सूर्य माथ्यावर आला, तरी नारायण तसाच बसून होता.

अनसूया आतून आली. स्वच्छ न्हाऊन तिने केस मोकळे सोडले होते. शिकेकाईचा मंद गंध दरवळत होता. तिने नवीन साडी नेसली होती. कपाळाला मोठे कुंकू लावलेले होते. गळ्यात मंगळसूत्र होते.

''नाना, चल. अंघोळ करून घे. माझा स्वयंपाक होत आलाय. गरमागरम जेवून घे.''

नारायण यंत्रासारखा उठला. अंघोळ करून देवाला फुले वाहून पानावर बसला; पण त्याला अन्न जाईना.

''नाना, जेव ना रे. छान भाजी केलीय मी!''

''अनू, अगं, निर्मला निघून गेली. काहीतरी गैरसमज झाला तिचा.''

''जाऊ दे मेलीला. फारच शिष्ट आहे ती. तुझ्यामाझ्यात वितुष्ट आणायचा प्रयत्न करत होती ती. जा म्हणावं. राहा तुझ्या राक्षसी भावाजवळ.''

पानातले अन्न कसेबसे संपवून नारायण उठला. आतून हत्यारांची बॅग घेऊन बाहेर गेला. कामाला लागला. त्याचे काम जिथे चालू होते, तिथे गानू वकिलांचा कारकून आला.

''साहेबांनी बोलावलंय तुम्हाला. चारच्या सुमाराला या. उशीर करू नका.''

नारायण यशवंतरावांच्या घरी गेला तेव्हा बाहेरच्या खुर्च्यांवर अशिलांची माळ बसलेलीच होती. कारकुनाने त्याला लगेच आत नेले.

''नारायण, अरे, कॅप्टनसाहेबांचा फोन आला होता. फारच नाराज झाले आहेत ते. काहीबाहीच बोलत होते. दोघांनाही घटस्फोट हवा आहे, असे म्हणत होते. काय झालंय तरी काय?''

नारायणला बोलायला कष्ट पडत होते.

''मला माहीत नाही. पण काहीतरी गैरसमज झालाय निर्मलाचा.''

''हे बघ नारायण. त्यांनी मला पुष्कळ काही सांगितलंय. मी त्यांची समजून

घालायचा प्रयत्न केलेला आहे. पण ते ऐकायला तयार नाहीत. तुम्हा दोघांविषयी अगदी वाईटसाईट बोलत होते ते. माझं काही ऐकून घ्यायलाच तयार नव्हते. मला एकदा वाटलं, की त्यांना जाऊन भेटावं. पण त्याचा काही उपयोग होईल असं वाटत नाही. मी त्यांना सांगितलंय, की मी तुमचा वकील आहे. त्यांनी नोटिस पाठवली तर पाहून घेऊ.''

जड पावलांनी नारायण घरी परतला तेव्हा बरीच रात्र झाली होती. भिवा जेवून ओसरीवर बसला होता. नेहमीप्रमाणे काहीतरी पुटपुटत होता.

हातपाय धुऊन नारायण स्वयंपाकघरात गेला, तेव्हा एकच पान मांडलेले होते. रांगोळी काढलेली होती. अगरबत्तीचा सुगंध दरवळत होता. लग्नात नेसलेली साडी नेसून अनसूया बसली होती.

''हे काय आहे? तू अगदी नटूनथटून बसली आहेस. आणि एकच ताट का वाढलयंस?''

''बैस तू. सुरुवात कर. आज फार खास दिवस आहे. आज आपण दोघेही मुक्त झालो आहोत. आजची रात्र आपण साजरी करायची आहे. एका ताटात जेवून आपण सुरुवात करू या.''

अनसूयेने पहिला घास नारायणला भरवला. त्याच्याकडून भरवून घेतले.

तिच्या मनात काय आहे, ते नारायणला समजेना. तो उत्तेजित झाला होता; पण त्याला अस्वस्थही वाटत होते.

रात्री अनसूया नारायणच्या खोलीत आली ती अगदी वेगळ्या रूपात. अगदी झिरझिरीत गाऊन घालून. तिने आत काहीच घातलेले नव्हते. अंधूक दिव्याच्या प्रकाशात नारायणला तिच्या शरीराचा प्रत्येक उठाव जाणवत होता. अनसूयेने नारायणच्या गळ्यात हात घातले. चवड्यावर उभी राहून तिने नारायणचे चुंबन घेतले. तिचे पुष्ट उरोज, भरलेल्या मांड्या नारायणला चाळवत होत्या. तिचे हात त्याच्या मांड्यांवर फिरत होते. त्याची उत्तेजना दोघांनाही जाणवत होती.

नारायण भानावर आला. त्याने अनसूयेला ढकलले. तो एक पाऊल मागे हटला.

''अनू, काय चालवलंयस हे? काय मनात आहे तुझ्या?''

''माझ्या मनात काय आहे, ते तुला कळून चुकलं आहे. मला तू हवा आहेस आणि तुला मी हवी आहे.''

''वेड लागलंय का तुला? अगं, आपण भावंडं आहोत. आपल्याला असं काही करता येत नाही.''

"कुणी सांगितलं तुला? आपण असं करतो आहोत अशी सगळ्यांचीच समजूत आहे. माझा नवरा तेच म्हणाला. तुझी बायको हेच म्हणून गेली. जे आपण करतो असा सगळ्यांचा आरोप आहे, ते आपण आता करूनच दाखवू."

अनसूया पुन्हा पुढे आली. नारायणला कवटाळून उभी राहिली. त्याचे हात हळूहळू तिच्याभोवती आवळले. आगीच्या एकाच लोळात दोघेजण तापत होते.

"अनू, नको गं. मला भीती वाटते आहे."

"भीती? कुणाची? आपण कुणाला भ्यायचं? का भ्यायचं? आपण कुणाचं काय देणं लागतो?"

"इतर कुणी पाहत असेल किंवा नसेल. देव तर बघतो आहे."

"बघू दे देवाला. भावाबहिणीचं प्रेम देवालाही माहीत आहे. यम आणि यमी आपल्यासारखीच जुळी भावंडं होती. ते तर देव होते. त्यांनाही एकमेकांचं आकर्षण वाटत होतं आणि देवाची जर तुला भीती वाटत असेल तर चल आपण देवापुढेच जाऊ."

नारायणच्या कमरेभोवती विळखा घालून अनसूया त्याला देवळात घेऊन गेली. समोर भिवा भिंतीकडे तोंड करून झोपला होता. समई तेवत होती, पण देवळात अंधूकसा उजेड होता.

"देवा, तू आम्हाला भावंडं म्हणून जन्माला घातलंस. आम्हाला ते मान्य नाही. आम्ही आमचं नातं बदलतो आहोत. तुला काही म्हणायचंय?"

देव काहीच बोलला नाही. अनसूयेने समईची वात बारीक केली. देवळात अंधार दाटून आला. अनसूयेने आपला गाऊन काढला. नारायणचे कपडे काढले. दोघेही देवळाच्या फरशीवर निजले. एकाच दुभाजलेल्या अंड्यातून जन्मलेले दोन जीव पुन्हा एकत्र झाले. श्रमून देवासमोरच झोपले.

कोंबडा आरवला, तसा भिवा उठला. त्याच्या अंधूक नजरेला अनसूया दिसली. तिच्या अंगावर एकही कपडा नव्हता. तिच्या पायांवर पालथा झोपलेल्या नारायणाचे तोंड भिवाला दिसत नव्हते. भिवाचे अंग थरथरू लागले. त्याच्या तोंडातून शिव्या यायला लागल्या. पाय ओढत तो मागच्या चौकात गेला. दारामागची कुऱ्हाड काढून तो परतला. देवळात गेला. पालथ्या पडलेल्या नारायणच्या मानेवर त्याने पहिला घाव घातला.

पहिल्याच घावात नारायणचा प्राण गेला होता. पण भिवा कुऱ्हाड चालवत राहिला. अनसूया किंचाळली. भिवाचा पुढचा वार तिच्या गळ्यावर पडला. तिची किंकाळी अर्ध्यावरच विरली.

देवळाची जमीन आणि भिंती रक्ताने माखल्या होत्या. भिवा शेवटी थांबला. मागे वळला. हळूहळू पावले टाकत मागच्या चौकात गेला. कुऱ्हाडीचे पाते काढून त्याने स्वच्छ धुतले. दांडके धुऊन स्वच्छ पुसले. कुऱ्हाड पुन्हा जोडून त्याने कोपऱ्यात उभी केली. चुल्हाणे पेटवून त्यात त्याने अंगातले कपडे जाळून टाकले. गरम पाणी घेऊन त्याने आपले अंग काळजीने धुतले. कोरडी अर्धी चड्डी घालून तो परत ओसरीवर येऊन बसला. पुटपुटत राहिला.

''मारला साल्याला! हलकट साला. काका म्हणतो. पोरीला नासवले. खापलला साल्याला.''

काकड आरतीला गुरुजी आले तेव्हा वाड्याचा दरवाजा बंद होता. गुरुजींनी एका पोराला भिंतीवर चढायला सांगितले.

''गुरुजी, देवळामधी दोनजण पडलेयत्. रगात सांडलया सर्वीकडे.''

''आत उडी मार. मोठा दरवाजा उघड.''

पोराने आत उडी मारली. दार उघडले. गुरुजी आणि जमलेले भक्त आत आले. देवळात माशा जमा व्हायला लागल्या होत्या. उकिडवा बसून भिवा देवळाकडे पाहत होता. त्याच्या पुटपुटण्याचे शब्द कळत नव्हते.

•••

इन्स्पेक्टर राणे त्यांचा फौजफाटा घेऊन आले. सगळ्या घराची झडती झाली. आजूबाजूच्या लोकांच्या जाबजबान्या झाल्या. भटजींची जबानी झाली.

''साहेब, मर्डर वेपन काही मिळत नाही. मागच्या चौकामध्ये एक कुऱ्हाड आहे. पण तिच्यावर रक्ताचे डाग नाहीत. घरातली कुठलीच वस्तू चोरीला गेलेली नाही. मयत स्त्रीचे दागिने तिच्या अंगावरच आहेत. घरात फक्त दोन मयत आणि हा म्हातारा नोकर राहायचे. शेजारच्या रमाबाईच्या जबानीवरून दिसते; की हा भ्रमिष्ट आहे. काहीबाही पुटपुटत असतो. त्याला डोळ्यांनी नीटसे दिसत नाही म्हातारपणामुळे.

''साहेब, त्या नोकराचे सगळे कपडे तपासून पाहिले. कुठे रक्ताचे डाग नाहीत.''

''कदम, वाड्याचे दोन्ही दरवाजे आतून बंद आहेत. या नोकराशिवाय घरात दुसरे कुणी नाही. खून त्यानंच केला असणार. जरा कसून विचारा त्याला.''

''साहेब, चांगला कुटला त्याला. पण तो कायतरी पुटपुटत राहतो. 'खापलला साल्याला, काका म्हणवतो, पोरीला नाशिवली,' असे काहीतरी बोलत असतो.''

''कदम, तुम्ही होतात का जेव्हा श्रीकृष्ण गवाणकरचा मर्डर झाला होता? दहा मैलांवर, देवगावच्या नाल्यामधी?''

''होय, साहेब. याच नोकरावर संशय होता. पण पुरावा काहीच नव्हता. आणि

इथे राहणाऱ्या सर्वांनी हा नोकर बाहेर गेलाच नव्हता, अशी जबानी दिली.

''आणि साहेब, आजपण इथे काहीच पुरावा मिळत नाही. मर्डर वेपन नाही. आयविटनेस नाही. हा नोकर कुऱ्हाड उचलू शकेल, हे कुठचंच कोर्ट मान्य करणार नाही.''

इन्स्पेक्टर राणे सुस्कारा टाकून उठले. जीपमध्ये जाऊन बसले.

देवळातली डबल मर्डर केस पोलिसांच्या ओपन फाईलमध्ये बंद झाली.

***

२.

दाह

पृथ्वीवर तीन प्रहर उलटून गेले होते. रानात मनसोक्त चरून तृप्त झालेल्या गायी घराकडे निघाल्या होत्या. घरोघरी चुली पेटत होत्या. मावळत्या सूर्याला अर्घ्य देण्यासाठी ऋषिमुनी नदीत उतरत होते.

स्वर्गामध्ये सूर्यपत्नी संज्ञादेवी सूर्यदेवांच्या स्वागताची तयारी करीत होती.

"नेत्रवती, अश्वशाळेत जा. अश्वपाल तयार आहेत की नाहीत ते पाहा. सात अश्वांना हाताळायला चौदा अश्वपाल लागतात, ते अजून मुख्याश्वांना समजलेले नाही. काल अरुणदेव रुष्ट झालेले होते. सर्व अश्व आपापल्या ठाणात गेल्याशिवाय अरुणदेव आपल्या प्रासादात जात नाहीत, हे माहीतच आहे ना तुला?"

"होय देवी."

"नीहारिके, देवांच्या स्नानाची तयारी झालेली आहे ना?"

"होय देवी, स्फटिकांच्या कुंडांमध्ये शीतल जल भरून ठेवलेले आहे. त्यावर गुलाबाच्या पाकळ्यांची पखरण केलेली आहे. सुवर्णाच्या चषकात वाळ्याचे सरबत थंड करून ठेवलेले आहे. चंदनाची उटी करून ठेवलेली आहे. गाईचे तूप कांस्यवाटिकेत भरून ठेवलेले आहे. पारिजातकांच्या फुलांच्या माळा केलेल्या आहेत."

"सुनयना, स्वामींच्या भोजनाची सिद्धता झाली आहे?"

"होय देवी, देवांच्या आचमनासाठी गाईचे तूप ठेवलेले आहे. त्यानंतर दुधात शिजवलेली तांदळाची खीर आहे. तुपात भिजवलेल्या कमळाच्या बिया ठेवलेल्या आहेत. आणि क्रीडेनंतर पिण्यासाठी स्वामींना तुळशीच्या बियांची खीर ठेवलेली आहे."

क्रीडेच्या उल्लेखाने संज्ञादेवींच्या मुखावर म्लानता आली. चतुराच्या ते लक्षात आले. सुनयनाला तिने खूण करून जायला सांगितले.

"देवी. आज मी वैद्यराज धन्वंतरींकडे गेले होते. आपली दासी म्हणून मी

ओळख दिली. त्यांनी मला एक दिव्य उटी बनवून दिली आहे. ती अंगाला लावली की प्रज्वलित अग्नीमध्ये प्रवेश करूनही मुळीच अपाय होणार नाही; असे ते म्हणाले.''

''चतुरे, तू आपले नाव सार्थ करतेस. आजपर्यंत मी काही कमी उपाय केलेत का? वेगवेगळ्या उटी वापरल्या, धन्वंतरींकडून घेतलेल्या औषधांनी झालेला दाह लवकर शमतो. पण स्वामींच्या निकट स्पर्शाने जो दाह होतो तो होतोच.

''कधी कधी मला रोहिणीचा हेवा वाटतो. चंद्रदेवांच्या सौम्य प्रकाशात न्हाऊन तिची कांती किती सतेज दिसते.''

''शिव शिव देवी! कुठे ते राजयक्ष्माग्रस्त सोम आणि कुठे चंडप्रतापी सूर्यदेव.''

''होय गे चतुरे. माझे स्वामी आहेतच तसे. अगदी देवाधिदेव इंद्रासह सगळे देव सुखासीन आयुष्य घालवतात. तीनच देव दिवसभर काम करतात. अग्निदेव जिथे जिथे यज्ञ चालतो, तिथे तिथे जातात. आणि प्रत्येक देवाचा अभिभाग त्याला पोचवतात. पवनदेव सृष्टीला चालना देत राहतात. आणि तिसरे माझे पती. सर्व सृष्टीचे जीवन त्यांच्या प्रखर प्रकाशावरच अवलंबून आहे.''

अचानक प्रासाद लख्ख प्रकाशात उजळून निघाला. नेत्रवती धावत आली. हात जोडून म्हणाली, ''देवी, स्वामींचा रथ दृष्टिपथात आला आहे.''

आरतीचे तबक घेऊन संज्ञा महाद्वाराकडे निघाली. चतुरा, नीहारिका, नेत्रवती तिच्या मागे चालत होत्या. ज्येष्ठ सूर्यपुत्र वैवस्वत त्यांच्या मागे होता. त्याची धाकटी जुळी भावंडे यम आणि यमी मात्र पुढे धावत जाऊन दारापाशी उभी राहिली. प्रांगण ओलांडून सूर्यदेव आत आले. दारात उभे राहिले. शुभ्र वसने, सुवर्णाचा मुकुट, हिऱ्यांची कर्णभूषणे, वैडूर्य, माणिक आणि पाचूंचे कंठभूषण, उग्र चेहरा. संज्ञेने आरती ओवाळून देवांना तिलक केला.

''प्रणाम, तात!'' वैवस्वताने सूर्यदेवांना लवून प्रणाम केला.

''कल्याणमस्तु पुत्र! आपले अध्ययन कसे चालले आहे?''

''तात, आज मी पितामह कश्यपमुनींकडे गेलो होतो. भगवान बृहस्पती तिथे होते. त्यांच्या संभाषणांतून मी बरेच काही शिकलो.''

विवस्वान सूर्यदेवांच्या चेहऱ्यावर स्मित होते. त्यांचा हा ज्येष्ठ पुत्र वैवस्वत प्रज्ञावंत होता. ज्या वयात इतर देवपुत्र नुसते खेळत होते, त्या वयात त्याच्या प्रगल्भ प्रज्ञेने विद्वानांना चकित केले होते. तो पुढच्या युगाचा मनु होणार, असे भविष्य पुष्कळांनी वर्तवले होते.

यम आणि यमी हे संभाषण संपण्याची वाट पाहत होते. यम अबोल होता. अध्ययनात तो वैवस्वताहून कमी नव्हता. धर्माची त्याला फार जाण होती. सूर्यदेव

जवळ आल्यावर त्याने प्रणाम केला. सूर्यदेवांनी त्याच्या खांद्यावर हात ठेवून त्याच्या मस्तकाचे अवघ्राण केले.

यमी मात्र अगदी वेगळी होती. तिला अभ्यास नको असायचा. नटण्यामुरडण्यात तिला आनंद वाटायचा. अल्लड आणि अवखळ यमी देवांना फार प्रिय होती. ती बिलगल्यावर सूर्यदेवांनी तिला कडेवर घेतले आणि ते प्रासादाच्या आत आले.

मुलांना नेत्रवतीजवळ देऊन सूर्यदेव प्रसाधनगृहात शिरले. देवांच्या सासऱ्यांनी, विश्वकर्म्यांनी, याची बांधणी केलेली होती. संगमरवर आणि स्फटिक यांनी बांधलेल्या स्नानगृहात एक लांबरुंद स्नानकुंड होते. शीतल जलाच्या कुंडाला ते स्फटिकाच्या नळीने जोडलेले होते. दुसऱ्या कुंडातून नळीने गुलाबपाणी स्नानकुंडात येई.

कौपीन बांधून सूर्यदेव कुंडात उतरले. त्यांच्या अंगाच्या दाहाने ते पाणी तापले. लगेच नळीने ते बाहेर जाऊ लागले आणि त्याच्या जागी कुंडातले शीतल पाणी आत येऊ लागले. जवळजवळ एक घटिका उलटली, तेव्हा देवांच्या अंगाचे तापमान पाण्याच्या तापमानाएवढे झाले. मग पाणी येणे बंद झाले आणि कुंडात गुलाबजलाचा प्रवाह सुरू झाला.

स्नान उरकून नवीन वस्त्रे नेसून, चंदनाची उटी लावून देव भोजनशाळेत आले. बसायला चंदनाचा चौरंग. ताट ठेवायला चंदनाचा चौरंग. जेवायला सुवर्णपात्रे. पेयासाठी वैडूर्यमण्याचे पेले. सर्व अन्न आणि पेये शीतल होती.

रात्रीचा एक प्रहर लोटला तेव्हा सूर्यदेव शयनगृहात आले. अधोवदना संज्ञेला त्यांनी घट्ट आलिंगन दिले. तिची छाती धडधडत होती. सूर्यदेव हसले.

''देवी, तीन बालकांची माता होऊनही आपण अगदी नववधूसारख्या लाजत आहात. अगदी पहिल्या रात्री होती तशीच तुमच्या हृदयाची धडधड आम्हाला ऐकू येत आहे.''

संज्ञेला उचलून देवांनी तिला मंचकावर ठेवली. हलक्या हातांनी तिची वस्त्रे फेडली. रत्नदीपांच्या झळाळत्या प्रकाशात संज्ञेची लालगोरी कांती त्यांना मोहवून गेली. आवेगाने देवांनी तिच्यावर स्वत:ला झोकून दिले. देवांचे स्पर्श जिथे जिथे झाले, तिथे तिथे संज्ञेला दाह होत होता. रतिसुखाला आसुसलेल्या मदनिकेचा अंगदाह प्रियकराने तृप्त केले की शमतो; पण संज्ञेची समस्या वेगळी होती. शीतलीकरणाचे एवढे उपाय करूनही सूर्यदेवाची काया तप्तच राहायची. जसजशी क्रीडा रंगत जायची, तसतसे देवांचे तापमान वाढत जाई आणि अगदी चरमक्षणी देवांचे वीर्य वितळलेल्या सुवर्णरसासारखे संज्ञेच्या गुप्तांगातून तिच्या अंगोपांगी भिनत असे.

संज्ञा गर्भवती झाली, तेव्हातर तिच्या ओटीपोटात तप्तरसाचा गोळाच राहू

लागला. पण काही महिन्यांपर्यंत देवांनी तिच्याशी समागम केला नाही; त्यामुळे तिला ते तेज अंगात बाळगायची सवय झाली होती.

देव तृप्त झाले आणि दोन निमिषांत झोपी गेले. पण संज्ञेच्या अंगाचा दाह शमेना. धन्वंतरीनी दिलेली उटी तिने लावलेली होती; पण जिथे जिथे देवांचा तिला स्पर्श झाला होता, तिथे तिथे ती उटी वितळून गेली होती. तिथली कातडी लाल झालेली होती. जळजळत होती.

●●●

संज्ञेचा डोळा लागतो ना लागतो, तोवर उषादेवींच्या प्रासादातून किन्नरांच्या गायनाचे मधुर स्वर ऐकू येऊ लागले. पूर्वेच्या आकाशात उषादेवींची प्रभा फाकली की सूर्यदेवांच्या आगमनाची प्रतीक्षा पृथ्वीवर सुरू व्हायची. गृहिणी अंगणात सडा-रांगोळी करायला लागत. दुभत्या गायींना वासरे लुचू लागत. कृषक, कारागीर आपापली हत्यारे तपासत.

चारण स्तुतिपर गान गाऊ लागले तोपर्यंत प्रसाधन उरकून, नवीन वस्त्रे लेऊन, नवीन आभूषणे घालून सूर्यदेव मंचकावर बसले होते. केशर आणि कस्तुरीची उटी त्यांनी लावली होती. बदामाच्या वाटणात मृगमांसाचा अर्क घालून केलेले पेय ते घेत होते. बरोबर आहाळीवाचे लाडू, गुळाचा पाक घालून सिद्ध केलेले दही असे पदार्थ त्यांना सेवन करायला ठेवले होते. देव घरी आल्यावर त्यांना शीतल करावे लागे, तसेच देव आकाश प्रवासाला निघतांना त्यांचे तापमान वाढवावे लागे. देवांचा उपाहार संपतासंपताच सगळा प्रासाद उष्ण होत असे.

वैवस्वताला, यमाला आणि यमीला आशीर्वाद देऊन, संज्ञेकडे प्रेमळ कटाक्ष टाकून देव प्रासादाच्या बाहेर गेले. सात शुभ्र घोड्यांच्या त्यांच्या रथावर अरुणदेव आधीच बसलेले होते. सूर्यदेव आत बसल्यावर रथ निघाला. पृथ्वीवर सूर्याचे पहिले किरण पडले.

देव गेल्यावर संज्ञादेवी मलूल होऊन मंचकावर पडून होती.

"देवी, चलावे. आपल्या स्नानाची तयारी झालेली आहे."

नीहारिकेचा हात धरून संज्ञा कष्टाने स्नानकुंडात शिरली. समशीतोष्ण गुलाबपाण्याने कुंड भरलेले होते.

"नीहारिके, शीतल जलाने कुंड भर आणि चतुराला पाठवून दे."

चतुरा आली. हलक्या हातांनी उटणे लावून तिने संज्ञेचा केशकलाप धुतला. मऊ कापडाने तिने संज्ञेचे सर्वांग टिपून घेतले. धन्वंतरींनी दिलेली उटी तिने लावायला सुरुवात केली. मांड्यांना तिचा हात लागला तेव्हा संज्ञा कण्हली.

“क्षमा करा देवी. पण हे काय झाले? मांड्या आतून लाल झाल्या आहेत. आणि देवी, आपल्या वक्षभागावर लाल चट्टे उठले आहेत.”

“चतुरे, काय सांगू पुन्हा तुला मी? स्वामींचा प्रणय मला अगदी जीवघेणा झाला आहे. सारखे वाटते की माहेरी निघून जावे. पण तातांना मी वचन दिले आहे, की मी स्वामींना एकटे कधीच सोडणार नाही म्हणून.”

ती सायंकाळ संज्ञेला चांगलीच माहीत होती. तिचे तात, विश्वकर्मा, आपल्या प्रासादात बसले होते. देवमुनी नारद अचानक तिथे आले. विश्वकर्मा उठले. अर्घ्य, पाद्यपूजा करून त्यांनी मुनिवरांचे स्वागत केले. क्षेमकुशल विचारले.

“भगवन्, आज आपण इथे येऊन आम्हाला उपकृत केले आहे. मी आपली काय सेवा करू? आपण मुक्त आहात. आपल्याला घराची, वाहनांची कशाचीच आवश्यकता नसते. आपली वीणा साक्षात नारायणांनी आपल्याला दिली आहे. अक्षय पुष्पांची माला देवी पार्वतीने आपल्याला दिली आहे. अमरावती बांधणारा मी आपल्यासाठी काहीच करू शकत नाही. भगवन्, मी आपले काय प्रिय करू ते सांगा.”

“हे त्वष्टा, सर्व त्रैलोक्यात तुझ्यासारखा कलावंत दुसरा कुणीच नाही. आज मी भगवान सहस्ररश्मी मार्तंड सूर्यनारायणाच्या कामासाठी आलो आहे.”

“भगवन्, मला आज्ञा केली असती तर मी स्वत: भास्करांपुढे गेलो असतो. त्यांचा प्रासाद, त्यांचा रथ हे सगळे मीच बनवलेले आहे. मग मुनिवर, आज त्यांनी आपल्याला का कष्ट दिले?”

“हे विश्वकर्मा, सूर्यदेवांचे व्रत तर तुला माहीत आहे. संपूर्ण दिवस पृथ्वीला ऊर्जा पुरवण्याचा पताकर त्यांनी घेतलेला आहे. जरी ब्रह्मा, विष्णू आणि महेश हे देव उत्पादन, संगोपन आणि विनाशाचे कार्य करतात, तरी ते कार्य सूर्यनारायणाच्या माध्यमातूनच होते. त्यांच्या तेजामुळे त्यांच्याजवळ कुणी जाऊ शकत नाही. आपल्या पित्याच्या म्हणजे मुनि कश्यपांच्या कृपेमुळे भगवान अरुणांना त्यांचे तेज साहवते. पण सूर्यनारायण अद्यापि ब्रह्मचारीच आहेत.

“त्यांची समस्या तूच दूर करू शकतोस. त्यांच्यासाठी तू एक सुंदर कन्यका उत्पन्न कर. ती सुशील, सद्गुणी आणि पतिपरायण असली पाहिजे. इतर देवपत्न्यांच्यांत ती शोभली पाहिजे. सूर्याचे तप आणि ताप सहन करण्याची शक्ती तिच्यात पाहिजे.”

आणि अशी झाली संज्ञेची उत्पत्ती.

विवाहानंतर तिला पतिगृही पाठवताना त्वष्ट्याने तिला पतीची अखंड सेवा करण्याची आज्ञा दिली होती. तिला घडवताना पतीचे तेज तिला साहवेल अशी त्याने

व्यवस्था केली होती. त्यामुळेच संज्ञाला इतकी वर्षे संसार करता आला. तिची गोजिरवाणी बाळे आता मोठी झाली होती. त्वष्ट्याच्या अंशापासून उत्पन्न झालेल्या संज्ञेला पित्याच्या ज्ञानाचा हिस्सा मिळालेला होता. चेतन आणि अचेतन वस्तू तिला साकार करता येत होत्या.

पहिले पुष्कळ संवत्सर सुखात गेले होते. पतीचे तेज सहन करण्याची, धारण करण्याची, आत्मसात करण्याची शक्ती तिला होती. पण आता तिच्या शरीराचा ऱ्हास होत होता, किंवा सूर्यदेवांच्या तेजाची वृद्धी होत होती. हवासा वाटणारा त्यांचा निकट स्पर्श आता तिला साहवत नव्हता. तिचे मन संसारात रमत नव्हते. रात्री तिला झोप पुरत नसे. देवपत्नीची कर्तव्ये पार पाडताना तिला दिवस पुरत नसे. "पतीला मी कधीही सोडणार नाही,'' हे पित्याला दिलेले वचन पाळणे तिला अवघड जात होते.

● ● ●

स्नानानंतर फलाहार करून संज्ञा महालात एकटी उभी होती. चांदीच्या पत्र्याला चमकवून केलेल्या आरशात तिचे अंगांग उठून दिसत होते.

आपले प्रतिबिंब पाहताना तिच्या मनात एक कल्पना आली. त्या प्रतिबिंबावर तिने आपले मन एकाग्र केले. संज्ञेच्या आज्ञेने ते प्रतिबिंब आरशाच्या बाहेर आले. तिसरे परिमाण तयार झाले. संज्ञेची प्रतिकृती तिच्यासमोर उभी राहिली.

"हे देवी, मी सवर्णा. मी आपली प्रतिकृती आहे. मला काय आज्ञा आहे देवी?''

"सवर्णे, तू माझाच अंश आहेस. त्यामुळे माझ्या उत्पत्तीपासून या क्षणापर्यंत माझे सर्व विचार, सर्व भावना तुला विदित आहेत. माझी दिनचर्या तुला पूर्णपणाने माहीत आहे. माझ्या बालकांना आणि माझ्या दासींना तू ओळखतेस. आजपासून तू भगवान सूर्यनारायणाची भार्या आहेस. मी माझ्या पित्याच्या घरी जात आहे. मी परत येईपर्यंत तू या संसाराची जबाबदारी घेत आहेस. तू आता माझी छाया नाहीस. तू सवर्णा नाहीस. तू संज्ञा आहेस. कुणीही, अगदी स्वामींनी विचारले तरी तू संज्ञाच आहेस.''

"जशी आज्ञा देवी. पण मी एकच अट घालते. जर भगवान सूर्यनारायणांनी मला शपथ घ्यायला लावली, तर मी त्यांना सत्य सांगायला बांधील राहीन.''

"माझी हरकत नाही. पण तशी वेळ तू येऊ देणार नाहीस, याची मला खात्री आहे. मी आता तातांकडे जाते. आज मी, म्हणजे तू, भगवती लक्ष्मीदेवींच्या दर्शनाला जात आहे. तिसऱ्या प्रहराआधी तुला परत यायला हवे.''

''जशी आज्ञा देवी.''

संज्ञेने आपल्या शक्तीला आवाहन केले. ती गुप्त झाली आणि आकाशमार्गे अलकापुरीला आपल्या पित्याच्या घराकडे जाऊ लागली.

चतुरा आत आली.

"देवी, रथ तयार आहे.''

"चतुरे, भगवती लक्ष्मीदेवींना द्यायच्या भेटवस्तू रथात ठेवल्या आहेस ना?''

"होय देवी. साक्षात श्री विष्णूंच्या वैजयंतीमालेशी स्पर्धा करणारी रत्नमाला देवींच्या तातांनी माता लक्ष्मीदेवींसाठी पाठवलेली आहे.''

"ठीक आहे. मी नेत्रवतीला घेऊन जाते. तू स्वामींच्या आगमनाच्या व्यवस्थेला लाग.''

"जशी आज्ञा देवी.''

क्षीरसागरात श्रीविष्णूंचे चरण चुरणाऱ्या लक्ष्मीला आणि भगवंतांना सवर्णेने प्रणाम केला. दोघांनी तिला आशीर्वाद दिले. भेट लक्ष्मीच्या चरणांशी ठेवून सवर्णा परत गेली.

"देवी, कोण होती ही कन्या? चेहरा ओळखीचा वाटतो.''

"नाथ, आज अशी का चेष्टा करताहात? ही संज्ञा, सूर्यदेवांची पत्नी. कधीकधी आपल्याला थट्टा करायला सुचते.''

श्रीविष्णूंच्या चेहऱ्यावर एक अस्फुट स्मित होते.

संध्याकाळी सूर्यदेवांना ओवाळताना संज्ञेच्या चेहऱ्यावर वेगळाच गोडवा होता. त्यांच्या स्नानाच्या वेळी आणि भोजनाच्या वेळी संज्ञा जातीने हजर होती. प्रहर रात्रीच्या एकांतात सूर्यदेवांनी नेहमीपेक्षा जास्त दृढ आलिंगन दिले, तेव्हा संज्ञेने तितकाच प्रखर प्रतिसाद दिला. मग उत्तरोत्तर रंगत वाढत गेली. देवांच्या प्रत्येक क्रीडेला संज्ञेने यथावत् उत्तर दिले. थकून झोपताना देव म्हणाले,

"देवी, आपल्या विवाहाला इतकी वर्षे झाली, पण आज आपण अगदी नवोढेसारख्या वागता आहात. क्षणभर आम्हाला प्रश्न पडला, की आपण कोण आहात?''

"नाथ, हे काय विचारणे? मी आपली लाडकी पत्नी संज्ञा.''

●●●

सूर्यदेव घरी पोचले तेव्हा संज्ञा पितृगृही पोचली होती. विश्वकर्मा सायंस्नान, संध्या आटपून विश्रामगृहात चालले होते.

"प्रणाम, तात!''

'कोण? संज्ञा? आणि अशा अवेळी तू कशी आलीस? सूर्यदेव घरी यायची वेळ झाली आहे आणि तू इथे?''

"तात, मी आपल्याला दिलेले वचन मोडलेले नाही. मी इथे आहे तशीच मी तिथेही आहे, आपण मला दिलेली शक्ती वापरून माझी प्रतिकृती बनवलेली आहे. स्वामींच्या सेवेत ती या घटकेला मग्न आहे."

"दुहिते, हे तू अयोग्य केले आहेस. सूर्यदेवांची प्रज्ञा त्यांच्या प्रतिभेएवढीच जाज्वल्य आहे. त्यांना हा खोटेपणा क्षणात कळेल. आणि मग सगळ्या विश्वात माझी नाचक्की होईल."

"तात, असे कदापि होणार नाही. मला काही दिवस इथे राहू द्या. मग मी परत आपल्या घरी जाईन."

"पुत्री, ते अशक्य आहे. दिलेल्या वचनामुळे मी बांधला गेलेलो आहे. वचनभंगाचे पाप मी घेणार नाही. तुला ह्या घरात स्थान नाही. तू इथून जा."

खिन्न मनाने, जड पावलांनी, संज्ञा पितृगृहातून बाहेर आली. कितीतरी वेळ ती चालतच राहिली. किर्र अंधार पडला. चंद्र तेजाने तळपू लागला, तेव्हा संज्ञा एका मोठ्या कुरणात उभी होती. तिला तहान लागली होती. भूक लागली होती. पायाखाली मऊ लुसलुशीत गवत होते. समोर एक तलाव होता. आजूबाजूला कोणीही नव्हते. संज्ञा एक सुबक, पांढऱ्या रंगाची तेजस्वी बलशाली घोडी झाली. मान खाली घालून चारा खाऊ लागली. ते कुरण तिचे जग झाले.

●●●

एक संवत्सर उलटले.

रात्रीच्या भोजनानंतर सूर्यदेव आपल्या मुलांशी बोलत असत. दिवसभरात घडलेल्या घटनांची देवाणघेवाण होत असे. संज्ञेला ते हवेच असे. तेवढा वेळ तिला सूर्यदेवांपासून लांब राहता येत असे. पण आता परिस्थिती बदलली होती. घटिका भरताच सवर्णा मुलांना झोपायला पाठवायला लागली.

एक दिवस सकाळी देव जाताना यम त्यांना म्हणाला, "तात, आपल्याशी बसायला, बोलायला आम्हाला आवडते; पण मातोश्रींनी आम्हाला लवकर शयनगृहात पाठवायचे धोरण अवलंबले आहे."

त्या रात्री सूर्यदेवांनी सवर्णेला त्याबाबत विचारले.

"स्वामी, या वयात लवकर झोपायला हवे. मुले रोज उशिरा झोपतात आणि त्यांच्या विद्याभ्यासावर परिणाम होतो. आपली बालके चांगली शिकावीत असे कुठल्या मातेला वाटणार नाही, स्वामी?"

सूर्यदेव निरुत्तर झाले. पण हा विचार संज्ञेच्या मनात इतके दिवस का आला नव्हता, याचे कुतूहल त्यांना वाटत राहिले.

देवांचा प्रणय प्रत्येक रात्री रंगतच गेला.

तिकडे संज्ञा कुरणात चरत होती. रानटी घोड्यांचा एक कळप कुरणातून चालला होता. त्यांचा बलदंड पुढारी संज्ञेजवळ आला आणि तिच्याजवळ भोग मागू लागला. संज्ञेने त्याला लत्ताप्रहर केला. पण तो तिच्यामागे येतच राहिला. शेवटी संज्ञा अदृश्य झाली.

आणि एक दिवस सकाळी सवर्णेला भडभडून उलट्या झाल्या. धन्वंतरी येऊन नाडी पाहून गेले. त्यांच्या चेहऱ्यावर उमटलेल्या स्मिताने सगळ्यांना गोड बातमी कळाली.

यथावकाश सवर्णा प्रसूत झाली तिला वैवस्वताची प्रतिकृती असावी, असा पुत्र झाला. तिने त्याचे नाव सावर्ण ठेवले.

कुरणात राहणाऱ्या संज्ञेला सारखी घराची आठवण यायची. तिची बाळे तिला आठवायची. तिच्या स्वामींची तिला सय यायची. त्यांच्या सहवासाने तिच्या शरीराचा दाह होत होता, तरी तो दाह तिला आता हवाहवासा वाटायला लागला होता. तिने सवर्णेचे पुष्कळदा स्मरण केले होते. पण सवर्णेने तिला प्रत्युत्तर दिले नाही. तिच्या संमतीशिवाय संज्ञेला पुन्हा आपल्या संसारात पदार्पण करता येत नव्हते. जशी तिची छाया तिच्यापासून निघाली होती, तशीच ती पुन्हा तिच्या शरीरात परत आल्याशिवाय संज्ञेचे स्वत्व परत येणार नव्हते. पण संज्ञेच्या संसारात सवर्णा रमून गेली होती. संज्ञा कुरणात एकटी राहिली.

सवर्णाचा आणि सूर्यदेवांचा प्रणय अखंड चालू राहिला. सवर्णा पुन: गर्भवती राहिली. पण तिच्या गर्भाला बाहेर यायला वेळ लागला. हा पुत्रही तेजस्वी होता. पण त्याचे चालणे, बोलणे हळूहळू असायचे. शनै: शनै: होता म्हणून त्याचे 'शनि' असे नाव ठेवले.

कुरणामध्ये संज्ञेने प्रखर तप सुरू केले. 'ओम् नम: शिवाय' च्या मंत्रात ती मग्न झाली. दिवसरात्र तिचा जप चालू झाला. तिने खाणेपिणे सोडले, ती अगदी कृश झाली, पण तपाचे तेज तिच्या अंगावर चढले.

आपले ध्यान संपवून शिवशंकर उठले. पार्वती सन्मुख होती.

''देवी, सूर्यपत्नीने काय प्रखर तपश्चर्या चालवली आहे. काय दु:ख आहे तिला?''

''स्वामी, काय चेष्टा करता आहात? आजच संज्ञा आपल्या नवीन बाळाला घेऊन आली होती. तिची सगळी बाळे इतकी गोड आहेत म्हणून सांगू? अगदी सुखावली आहे ती. तप करायला वेळ तरी मिळतो का तिला? कधी कधी आपल्याला

कशी थट्टा सुचते?''

श्री शंकरांच्या चेहऱ्यावर एक अस्फुट स्मित होते.

●●●

सूर्यदेवांची दिनचर्या यथाक्रम होती. वैवस्वत, यम, सावर्ण आणि शनि या चौघांना ज्ञानार्जनात रुची होती. देव रोज रात्री त्यांची परीक्षा घेत. त्यांना जाणवले, की यम थोडा अबोल झालेला होता.

''पुत्रा, आज तू इतका अबोल कसा झालास? तुला काही समस्या आहे का?''

''तात, बरेच दिवस मी आपल्याला काही सांगेन असे म्हणत होतो. पण ते आपल्याला कितपत रुचेल, याबद्दल मला शंका वाटते.''

''पुत्रा, तू आता वयात आला आहेस. तू पुत्र नसून मित्र आहेस. संकोच न करता तू तुझ्या मनातली गोष्ट सांग.''

''तात, गेली काही वर्षे मला जाणवते आहे की, मातेच्या स्वभावात बदल घडतो आहे. आपल्याला आठवत असेल, की आपले सायंसंस्कार झाले, की आपण आमच्याशी खेळत होतात. अचानक मातुःश्रींनी आम्हाला विद्याभ्यासाच्या सबबीने आपल्यापासून दूर ठेवायला सुरुवात केली. पूर्वी आम्ही भोजनाला बसलो, की माता आमच्यासमोर बसून आमचा परामर्श घेत असे पण गेले; कित्येक दिवस नीहारिका आणि नेत्रवतीच आमच्या बरोबर असतात आणि...''

'आणि काय?''

''सांगायला बरे वाटत नाही तात; पण मातुःश्री आमच्यापेक्षा सावर्ण आणि शनी यांच्यावर जास्त प्रेम करतात.''

''पुत्रा, ते स्वाभाविकच नाही काय?''

''होय तात, आमच्या नवीन भावंडांवर आमची पण माया आहे. पण माता आम्हाला त्यांच्याजवळ जाऊच देत नाहीत. इतकी प्रेमळ, सर्वांवर सारखी माया करणारी आमची माता एकदम कशी बदलली?''

सूर्यदेव विचारात पडले. लहानपणापासूनच यमराज अत्यंत गंभीर आणि विचारी प्रवृत्तीचा होता. कुठल्याही बाबतीत सखोल विचार केल्याशिवाय तो मत देत नसे. त्यामुळे त्याने जे सांगितले त्यात तथ्य असलेच पाहिजे, अशी त्यांना खात्री होती. आपल्या तेजाने संज्ञेचा दाह होतो, ही कल्पना त्यांना होती. इतकी वर्षे संसार करूनही ती समागमाला भीत असे, हेही त्यांना माहीत होते. मुलांवरच काय, पण आपल्या दासींवर ही ती सारखेच प्रेम करत असे, हेही त्यांना कळत होते.

आणि अचानक संज्ञा बदलली होती. समागमात त्यांच्या प्रत्येक चालीला ती उत्कटतेने उत्तर द्यायला लागली होती. अगदी गर्भवती असतांनासुद्धा तिला संभोगात रुची होती. आणि आता तिच्या स्वभावात पडलेले इतर फरक त्यांच्या पुत्रामुळे त्यांना कळाले होते.

त्या रात्री मुलांना झोपवून सवर्णा शयनगृहात आली. तिने आपली आभूषणे उतरवली. उत्तरीय काढून ठेवले आणि देवांपुढे येऊन ती उभी राहिली. सवयीने देवांनी तिला कवेत घेतले आणि तिचे दीर्घ चुंबन घेतले. तिची वस्त्रे गळून पडली. लता वृक्षाला वेढते तशी सवर्णा देवांना घट्ट बिलगली.

तिच्या दंडांना धरून देवांनी तिला दूर केली. तिचे अंगप्रत्यंग न्याहाळून पाहिले. त्यांना तिच्यात काहीच फरक जाणवला नाही; पण तिचा गोरेपणा कमी झालेला वाटला. देवांनी मन एकाग्र करून तिच्याकडे पाहिले. त्यांच्या तेजात अचानक वाढ झाली, तरी त्यांच्याकडे पाहणारे संज्ञेचे डोळे दिपले नाहीत.

देवांनी अंत:प्रज्ञा जागवली. अचानक त्यांना जाणवले, की संज्ञेच्या शरीराची बाह्यरेषा स्थिर नव्हती. ती अगदी अल्प प्रमाणात हालत होती.

''देवी, तू कोण आहेस?''

''नाथ, मी संज्ञा. मी आपली धर्मपत्नी. आपल्या मुलांची माता.''

''देवी, तू कोण आहेस? तुला माझी शपथ आहे. सत्य सांग. तू कोण आहेस?''

संज्ञेचा रंग बदलला. ती सावळी झाली. मग काळी झाली.

''सूर्यदेव क्षमा करावी. मी सवर्णा. मी संज्ञेची छाया. संज्ञेने मला तिच्या रूपातून घडवले. तिच्याच सांगण्यावरून मी तिची जागा घेतली.''

''पण देवी, हे कसे घडले? का घडले? संज्ञादेवींनी असे का केले?''

''क्षमा असावी देव. संज्ञादेवींचे आपल्यावर आत्यंतिक प्रेम आहे. पण आपले तेज त्यांना साहवत नव्हते. समागमानंतर त्यांचे अंगांग भाजून निघे. आपले वीर्य त्यांचे अंतरंग जाळून काढत असे. त्यांनी खूप उपाय केले आणि शेवटी त्यांनी हा निर्णय घेतला.''

''पण छाये, इतक्या वर्षांचा संसार संज्ञादेवी विसरून गेली?''

''नाही देव. थोड्याच दिवसांनी त्यांना आपली चूक कळली. त्यांना परत यायचे होते. त्यांनी मला पुष्कळदा बोलवले. मी पुन्हा त्यांच्यात सामावून जावे, अशी त्यांची आज्ञा होती. पण देव, आपल्या संसारात, आपल्या सहवासात मी इतकी रमून गेले होते, की मला पुन्हा संज्ञेत सामावायची इच्छा नव्हती. मी स्वार्थी होते. मला

तुम्हाला सोडून जायचे नव्हते.''

"सवर्णे, तू संज्ञेची छाया आहेस. मग तुझ्या आणि तिच्या वागण्यात इतका फरक कसा? संज्ञा तर इतकी मायाळू आहे. तू कशी अशी स्वार्थी झालीस?''

"स्वामी, काही झाले तरी मी छायाच आहे. प्रत्येक व्यक्तीत काही गुण आणि काही दुर्गुण असतात. तिच्या छायेत दुर्गुणांची मात्रा जास्त असणारच.''

"छाये, संज्ञा कुठे आहे? तिला भेटायची मला फार उत्सुकता आहे.''

"स्वामी, मला माहीत नाही. इथून ती आपल्या माहेरी जाणार होती.''

"ठीक आहे, मी तिचा शोध घेतो. पण छाये, तुझे आता काय होईल?''

"स्वामी, मला काही स्वतंत्र अस्तित्व नाही. मी तर छायाच आहे. संज्ञादेवींच्या प्रभावामुळे आपल्या तेजापुढे पण मी छायारूपाने अस्तित्वात राहू शकले.

"देवींची जागा मी घेतली तेव्हा मी देवींना वचन दिले होते, की त्यांची उणीव मी भासू देणार नाही. पण जर आपण मला शपथ घातलीत, तर मी सत्यच सांगेन. म्हणूनच आपण मला विचारले तेव्हाही मी संज्ञाच आहे, असे असत्य मी बोलले. पण जेव्हा आपण शपथ घातलीत, तेव्हा माझे बंध तुटले. मला आता आज्ञा द्यावी.''

सवर्णा वितळली, विरून गेली.

●●●

विश्वकर्मा आपल्या शयनगृहात प्रवेश करत होते. तेवढ्यात सेवक धावत आला.

"स्वामी, क्षमा असावी. सूर्यदेव आले आहेत.''

"प्रणाम, श्वशुर!''

"शुभमस्तु. सर्व कुशल आहे ना?''

"सर्व कुशल असते तर अशा अवेळी आपल्याला त्रास दिला नसता. मी संज्ञेला घेऊन जायला आलो आहे.''

"क्षमा असावी, सूर्यदेव. संज्ञा माझ्याकडे नाही.''

"तुमच्याकडे नाही? तिच्या छायेने तर मला ती इथे आहे, असे सांगितले.''

छायेच्या उल्लेखाने सूर्यदेवांना सर्व गोष्ट उमजली आहे, हे त्वष्ट्याला कळले.

"भगवन्, ती इथे आली होती. पतीला सोडून आल्याबद्दल मी तिची निर्भर्त्सना केली. मग ती निघून गेली.''

"निघून गेली? आपली दुहिता असून आपण तिला घालवून दिलेत? आपली तनया असून ती कुठे आहे, काय करते आहे, याची आपल्याला तमा नाही?''

सूर्यदेवांचा संताप वाढला तसे विश्वकर्म्यांच्या प्रासादाचे तापमान वाढले.

पुष्करिणीतून वाफा निघू लागल्या. प्रासादाच्या भिंती उन्हात असल्यासारख्या तळपू लागल्या. जामाताचा क्षोभ पाहून विश्वकर्मा भयभीत झाले. अशा अपरात्री कुणाचा धावा करावा, हा प्रश्न त्यांना पडला.

''नारायण! नारायण!''

वीणेच्या झंकारात नारदमुनी अवतरले. सूर्यदेव आणि विश्वकर्मा यांनी मुनींना लवून अभिवादन केले.

''कल्याणमस्तु! आज इतक्या रात्री श्वशुर आणि जामात यांचा काय वार्तालाप चालला आहे?''

''मुनिवर, आपल्याला विदित नाही असे जगात काहीच नाही. माझी दुहिता, सूर्यदेवांची पत्नी संज्ञा कुठे आहे, याचा आम्ही शोध घेत आहोत.''

''नारायण! नारायण! सूर्यदेव, चिंता करू नका. तुमच्या पत्नीला आपली चूक उमगली आहे. तिच्या कृत्याचे ती अत्यंत कठोर प्रायश्चित घेत आहे. तिच्यावर राग धरू नका. ती महान पतिव्रता आहे. तिच्याविषयी संदेह घेऊ नका. तिच्या तपस्येने साक्षात महादेव प्रसन्न झालेले आहेत.''

''मुनिवर, सांगा मला ती कुठे आहे? ती निष्पाप, निष्कलंक आहे हे मला माहीत आहे. तिला भेटायला मी आतुर झालेलो आहे.''

''देव, तुमची भार्या गंधमादन पर्वताच्या शिखरावरच्या कुरणात अश्विनीरूपाने तपस्या करीत आहे.''

''मुनिवर, आपली आज्ञा व्हावी. मी तिला भेटायला सत्वर जातो.''

''देव आपण पुन्हा अविचार करीत आहात. त्या तेजस्विनीला आपला संसार सोडून जाण्याची बुद्धी का झाली, ते आपल्याला विदित आहेच. जर आपण काळजी घेतली नाहीत, तर पुन्हा तीच परिस्थिती ओढवेल.''

''मुनिवर, मी काय करू शकतो? माझी प्रखर प्रभा मला कशी कमी करता येईल?''

''सूर्यदेव, आपण विश्वकर्म्याचे जामात आहात. हे विश्व त्यांनीच घडवले. तुमचे तेजही त्यांनीच घडवले. त्यांना काय अशक्य आहे? नारायण! नारायण!''

नारदमुनी अंतर्धान पावले.

''सूर्यदेव, आपण माझ्या कार्यशाळेत चलावे. देवर्षींनी योग्य तेच सांगितले.''

सुसज्ज कार्यशाळेच्या मधोमध एक मोठे चाक होते. त्याच्या सभोवती गोलाकार, सुवर्णाचा पत्रा लावलेला होता. चाकाच्या वरच्या बाजूला एक कलश बसवलेला होता.

''ही सृष्टी मी गोलाकार बनवलेली आहे. ग्रह, तारे, सूर्यमालिका या पूर्णाकार

आहेत. त्या बनवायला मला या चक्राचा उपयोग झाला. आपण या मंचकावर आधीन व्हा. काही काळापर्यंत मी आपले तेज आपल्यातून काढून घेणार आहे.''

सूर्यदेव मंचकावर निजले. त्वष्टा त्यांच्यासमोर उभा राहिला. त्याच्या हातांच्या इशाऱ्याने सूर्यदेवांचे तेज एकत्रित होऊन चाकावरच्या कलशात जाऊन विसावले. विश्वकर्म्याने चाकाला गती दिली. त्या चक्राच्या बाहेरच्या सुवर्णपत्राचे चक्राकार भाग केलेले होते. वेगाने फिरणाऱ्या चक्रावर ठेवलेले तेज चक्राच्या गतीने फिरू लागले, तसतसे त्या तेजाचे थेंब गोलाकार उडायला लागले. काही वेळ चालवून विश्वकर्म्याने ते चक्र थांबवले. कलशात उरलेले तेज पुन्हा सूर्यदेवांच्या शरीरात प्रविष्ट झाले. सूर्यदेव पुन्हा आपल्या तेजाने तळपू लागले.

''सूर्यदेव, मी आपल्या तेजाचा एक भाग काढून घेतलेला आहे. आपल्यात जे तेज शिल्लक आहे, त्यामुळे पृथ्वीचे व्यवहार व्यवस्थित चालतील आणि आपल्या इष्टांना आणि प्रियांना आपण निकट असला, तरी त्रास होणार नाही. उरलेल्या तेजाची मला आवश्यकता होतीच. दिशांच्या रक्षणासाठी आणि आपल्या कार्यात मदत म्हणून मला काही उपदेव बनवायचे आहेत. त्यासाठी मला तेजाची आवश्यकता होती.

''चाकाच्या अगदी जवळच्या वर्तुळामध्ये तेज साठले आहे. त्याचे मी आठ वसु बनवीन. हे अष्टवसु अष्टदिशांचे पालक होतील. त्यानंतरच्या वर्तुळामध्ये तेजाचा जो भाग पडला आहे, त्याचे मी बारा आदित्य बनवीन. हे द्वादश आदित्य आपले मदतनीस म्हणून काम करतील. आणि या बाहेरच्या वर्तुळामध्ये जे तेज साठले आहे, ते मला देवांच्या आयुधांसाठी वापरता येईल. श्री विष्णूंचे सुदर्शनचक्र, शिवशंकरांचे त्रिशूल, इंद्रदेवांचे वज्र ही नुसती जडवस्तूंची बनलेली आयुधे नाहीत. त्यांची मारक शक्ती त्यांच्यात वसणाऱ्या तेजामुळे येते. प्रदीर्घ उपयोगाने त्या शक्तीचा क्षय होतो. हे तेज मी ती आयुधे पूर्वरूपाला आणण्यासाठी वापरणार आहे.''

''देव, आता आपण आपल्या इच्छित कार्याला जाऊ शकता. माझ्या प्रिय कन्येने आपला अवमान केला आहे, त्याबद्दल मी आपली क्षमा मागतो. तिला आता पश्चात्ताप झालेला आहे. पापाच्या क्षालनासाठी तिने घोर तपश्चर्या चालवलेली आहे. आपण उदार मनाने तिला क्षमा करावी.''

''आपण निश्चिंत असा. जे झाले ते माझ्यामुळेच झाले, हे मला कळले आहे. संज्ञेवर माझे प्रेम आहे. ते तसूभरही कमी होणार नाही, याची खात्री बाळगा.''

सूर्यदेवांनी विश्वकर्म्याला लवून प्रणाम केला.

''शुभमस्तु!''

●●●

मनोवेगाने सूर्यदेव गंधमादन पर्वतावर पोचले. चंद्रप्रकाशात खालचे दृश्य मनोहारी दिसत होते. हरिणांचे कळप जागोजागी बसलेले होते. दूरच्या कुरणात पुष्कळ घोडे चरत होते. अश्वरूपाने सूर्यदेव त्या कुरणात उतरले. शुभ्र अंगाच्या, कपाळावर सूर्यबिंब असलेल्या त्या बलदंड घोड्याला पाहून अश्विनी मोहरल्या. त्यांचे स्वामी नवीन घोड्याला पाहून फुरफुरायला लागले. द्वंद्वाच्या तयारीला लागले.

सूर्यदेव कुरणभर फिरले, पण त्यांना संज्ञा कुठेच दिसली नाही. अगदी शेवटी जिथे गवत संपून हिमाची रेषा सुरू होते, तिथे त्यांना संज्ञा दिसली. अत्यंत कृश घोडी. पण एका वेगळ्याच तेजाने ती तळपत होती. सूर्यदेव तिच्याजवळ गेले. पण ती दूर गेली. देव पुन्हा तिच्याकडे जायला लागले, तेव्हा तिने रागाने पाहिले.

''हे मूढ अश्वा, माझ्याजवळ येऊ नकोस. मी तापसी आहे. क्रोधित झाले, तर क्षणात जाळून भस्म करीन.''

''हे देवी, तुझा कोप मला नवीन नाही. कितीतरी वेळा मनधरणी करून तुझा राग मी शमविला आहे.''

संज्ञा चकित झाली. जवळ आली.

''नाथ, आपण इथे? या वेळी? अशा रूपात?''

''देवी, जर तू अशा वेळी अश्वरूपाने इथे नांदत असशील, तर मी तसे का करू नये?''

संज्ञा पुढे आली. तिच्या डोळ्यांतून अश्रूंच्या धारा वाहत होत्या. पुढचे गुडघे दुमडून ती खाली बसली.

''नाथ, क्षमा करा. मी आपल्याला सोडून आले. हे पाप फेडायला मला कित्येक जन्म घ्यावे लागतील. मला क्षमा करा. मला इथेच सोडून द्या. माझ्या चुकीचे प्रायश्चित्त मला घेऊ द्या.''

''देवी, तुझी चूक व्हायला मीच कारण होतो. माझ्यामुळे तुला त्रास होतो, हे मला समजायला हवे होते. पण मी पडलो मूढमती. ऊठ. तुझ्या प्रखर प्रायश्चित्ताने साक्षात महादेवही प्रसन्न झालेले आहेत. देवी, आता हे रूप सोडून दे आणि माझ्याबरोबर घरी चल. आपली बालके तुझी वाट पाहत आहेत. आणि ज्या कारणाने तुला घर सोडावे लागले, ते कारण आता राहिले नाही. भगवान विश्वकर्म्यांनी माझे तेज कमी करून सुसह्य केले आहे.''

बोलता बोलता सूर्यदेव संज्ञेच्या जवळ गेले. तिच्या अंगाला अंग घासू लागले. तिच्या तोंडाला तोंड लावू लागले. इतकी वर्षे केलेली प्रणयक्रीडा त्यांना स्मरली. ती चेतना अश्वरूपात जागली.

''देवी, आज इतक्या समयानंतर आपले मीलन होत आहे. तुला पाहून मी उद्दीपित झालो आहे. प्रिये, मला भोग दे.''

''काय म्हणालात देव, या स्थळी ? अश्वरूपात?''

''का नाही देवी? आपले रूप काहीही असो, आपण पतिपत्नी आहोतच.''

सूर्यदेवांच्या कामचेष्टांमुळे संज्ञापण उचंबळून आली होती. त्या मंद प्रकाशात, त्या धुंद रात्री, सूर्य आणि संज्ञेचा प्रणय रंगला. उषेची लाली पसरू लागली तेव्हा संज्ञेला भान आले.

''स्वामी, आपण आता सत्वर प्रासादात जावे. अरुणमहाराज रथ जोडून तयार असतील. उषादेवी आपल्या स्थानावर पोचल्या आहेत.''

''देवी, मी एकटाच का जाऊ? तूही माझ्याबरोबर येणारच आहेस.''

''नाही स्वामी. या रुपातून पुन्हा देवरूपात यायला मला वेळ लागेल. माझ्या साधनेची सांगता पण मला करायची आहे. मला तातांनी घालवून दिले; पण आता त्यांचा राग शमला असेल. माझ्या मातेला पण मी भेटले नाही. थोडे दिवस माहेरी राहून मगच मी घरी परत येईन.''

●●●

संज्ञा माहेरी राहिली, ते काही महिने सूर्यदेवांना काही युगांप्रमाणे वाटले. शेवटी विश्वकर्म्याचा निरोप आला. संज्ञा घरी येणार होती.

दोन नवजात बालकांना घेऊन संज्ञा घरी आली, तेव्हा तिच्या स्वागताला सर्व मुले उभी होती. तिने शनीला आणि सावर्णला आधी आलिंगन दिले. आणि मग यमाला, यमीला आणि वैवस्वताला. त्यांनीही प्रेमभराने नवीन बालकांना उचलून घेतले.

दिनक्रम संपवून सूर्यदेव घरी परतले. संज्ञेने पंचारती ओवाळून त्यांचे स्वागत केले. देव आत आले. वैवस्वत, यम, यमी, सावर्ण आणि शनीदेवांनी त्यांना प्रणाम केले. त्यांना जवळ घेऊन, त्यांना आशीर्वाद देऊन देव पुढे आले आणि त्यांना ती आवळीजावळी, सुकुमार, देखणी बालके दिसली.

''देवी, ही कोण देवबालके?''

''स्वामी, आपण यांना ओळखले नाहीत? गंधमादन पर्वतावरच्या अश्वयुगलाची ही संतती आहे.''

''प्रणाम पिताश्री!''

''कल्याणमस्तु!''

''प्रणाम तात!''

‘‘स्वस्तिरस्तु!’’

‘‘स्वामी, अजून यांचे नामकरण झालेले नाही. अजून यांचे जातक मांडलेले नाही. आणि स्वामी, आपल्या कुठल्याच बालकाचे जातक अजून मांडलेले नाही.’’

तेवढ्यात गजर झाला.

‘‘नारायण! नारायण!’’

आणि देवर्षी नारद अवतीर्ण झाले.

सर्वांनी मुनिवरांना प्रणिपात केले. सूर्यदेवांनी आसन, आचमन, अर्घ्य, मधुपर्क देऊन मुनींचे स्वागत केले.

‘‘सूर्यदेव, आपण, देवी संज्ञा आणि आपली बालके एकत्र पाहून मला अत्यंत संतोष झाला. देवी, आपल्या बालकांचे जातक मांडायची आवश्यकता नाही.’’

‘‘आपला ज्येष्ठ पुत्र वैवस्वत हा महान तत्त्ववेत्ता होणार आहे. युगारंभी तो वैवस्वत मनु म्हणून ओळखला जाईल. सर्व सृष्टीची आचारसंहिता तो तयार करेल आणि मन्वंतरानंतर तो ब्रह्मलोकी विराजमान होईल.

‘‘आपला तृतीय पुत्र सावर्ण हाही तेवढाच महान तत्त्वज्ञानी होईल. वैवस्वतानंतरच्या युगात त्याची आचारसंहिता रूढ होईल आणि सावर्ण मनु म्हणून इतिहासात त्याची नोंद होईल. त्याच्या मन्वंतरानंतर तोही ब्रह्मलोकात विराजेल.

‘‘आपला द्वितीय पुत्र यम हा महान योगी आहे. धर्माची तत्त्वे तो घालून देईल. विशद करील आणि धर्माचे तो पालन करील. विद्वत्तेत तो साक्षात बृहस्पति होईल.

‘‘आपली पुत्री यमी जंबुद्वीपात भरतखंडात महानदी यमुना म्हणून अवतरेल. तिच्या प्रसादाने मानवजाति विस्तार पावेल.

‘‘आपला चतुर्थ पुत्र शनि महान धर्मपरायण योगी आहे. तो यमधर्माला साहाय्य करील. समस्त मानवजातीला धर्माची शिकवण देणे आणि दुराकर्मी जीवांना शिक्षा देणे हे त्याचे काम असेल.

‘‘आणि ही सुकुमार नवबालके. जातकानुसार यांची नावे आहेत ‘‘नासत्य’’ आणि ‘‘दस्त्र’’. वनात जन्मल्यामुळे यांना सर्व वनौषधींचं सखोल ज्ञान असेल. वैद्यराज धन्वंतरी आणि भगवान बृहस्पतींकडे अध्ययन करून हे वैद्य बनतील आणि देवांना आणि मानवांना व्याधिमुक्त करतील. हे सदैव एकत्र राहतील आणि सर्वजण त्यांना अश्विनीकुमार म्हणून ओळखतील.

‘‘तुम्हा सर्वांचे कल्याण असो. तुम्ही सर्वजण सदैव सुखात राहावे, असा माझा आशीर्वाद आहे.

‘‘नारायण! नारायण!’’

देवर्षी अंतर्धान पावले.

त्यांच्या वचनाप्रमाणे संज्ञा आणि सूर्यदेवांची संतती जगाच्या कल्याणात मग्न राहिली.

सूर्यदेव आणि संज्ञा यांचा प्रणय अखंडित चालत राहिला.

३.
चेकमेट

डोक्यावर लाल दिवा लावलेली पांढरी अँबॅसेडर गाडी डौलदार वळण घेऊन पोर्चमध्ये उभी राहिली. शिपाई धावत पुढे आला. ड्रायव्हर लगबगीने दार उघडून बाहेर आला. गाडीला वळसा घालून त्याने मागचे डावे दार उघडले. रावसाहेब गाडीतून उतरून उभे राहिले. कडक इस्त्रीचा खाकी युनिफॉर्म घातलेल्या इन्स्पेक्टरने तेवढाच कडक सॅल्यूट मारला. रावसाहेबांनी मान किंचित लववली. शिपायाने ड्रायव्हरच्या हातातून रावसाहेबांची ब्रीफकेस घेतली. गाडी मागे पार्किंग लॉटकडे निघाली.

रावसाहेब पुढे, इन्स्पेक्टर मागे आणि शिपाई त्यांच्यामागे अशी परेड सावकाश जिन्यावरून वर गेली. कॉरिडॉरच्या शेवटची खोली कमिशनरसाहेबांची. त्यांच्या अलीकडे मोठी खोली रावसाहेबांची.

थोडी धाप लागल्याने रावसाहेब आपल्या खोलीच्या बाहेर थांबले. पितळेची मोठी पाटी कॉरिडॉरमधल्या दिव्यांच्या प्रकाशात चमकत होती.

के.टी. राव, आय.आर.एस्.

डेप्युटी कमिशनर, पी. अँड व्ही.

उतरत्या वयामुळे वाकलेली पाठ एकदम ताठ झाली. शिपाई दार उघडून अदबीने उभा होता. रावसाहेब आत गेले. एसी चालू होता. मोगऱ्याचा मंद वास दरवळत होता. त्यांचा पी.ए. कंदस्वामी हातात फाईल घेऊन उभा होता. काटकोनात झुकून स्वामी म्हणाला, ''गुड मॉर्निंग सर!'' आणि घड्याळात नऊ वाजल्याचे ठोके पडले.

रावसाहेब खुर्चीवर बसले. थोडे मागे झुकले. मान हलवून त्यांनी इन्स्पेक्टरकडे पाहिले. पुन्हा एक कडक सॅल्यूट ठोकून, रावांना पाठ न दाखवता तो मागे गेला. दारातून बाहेर गेला. रावांचा दिवस सुरू झाला होता. ऑफिस दहा वाजता उघडत असे. पण राव नऊ वाजता त्यांच्या खुर्चीत असत. त्यांचा पी.ए. आठ वाजता येत असे. त्यांचा ए.सी. साडेआठला सुरू होई. त्याआधीच मोगऱ्याच्या वासाचा एअर

फ्रेशनर खोलीला मंद सुगंध आणत असे. साहेबांचे टेबल, कपाटाची काचेची-तावदाने, स्प्रे मारून मऊ कापडाने पुसलेली असायची. त्यांचा टेलिफोन, इंटरकॉम, कॉलबेल एका रांगेमध्ये मांडलेले असत.

एक कडक अधिकारी म्हणून रावसाहेबांचा दरारा होता. त्यांची आद्याक्षरे वाचून त्यांना 'कटकट राव' हे बिरुद अगदी सुरुवातीलाच चिकटले होते. रावांच्या टेबलावर दोन तसबिरी होत्या. पहिली त्यांच्या मठाच्या स्वामींची. रावांनी हात जोडून स्वामींनी दिलेला मंत्र म्हटला. मग त्यांची नजर दुसऱ्या तसबिरीवर गेली. एक हसरी, सुंदर बाई, दोन सुरेख हसरी बाळे.

विजय अमेरिकेत शिकत होता. सुजया हाँगकाँगला. त्यांचे फोन यायचे, पण ते आईला. राव घरी नसत तेव्हाच. आणि सुखदा- हसरी, सुंदर, सडपातळ सुखदा अंथरुणाला खिळून होती. पॅराप्लेजिया. मानेच्या खाली तिला कसलीच संवेदना नव्हती.

लग्नात घास देताना लाजून लाल झालेली सुखदा, पहिल्या रात्री रावांच्या धसमुसळेपणाने दुखावलेली, कण्हणारी सुखदा. नंतर जोमाने साथ देणारी सुखदा. त्या धुंद रात्री. ते उष्ण श्वास. दातांच्या, ओठांच्या खुणा, अडकलेला श्वास सुटताच लागणारी धाप, ओल्या मांड्या...

पी.ए.खाकरला, तेव्हा रावसाहेब भानावर आले.

"येस स्वामी, व्हॉटस् टुडेज शेड्यूल?"

"सकाळी अकरा वाजता ड्रायव्हर्सच्या कन्फर्मेशनची डी.पी.सी. आहे. एक वाजता ग्रीव्हन्स कमिटीची मीटिंग आहे. फॉलोड बाय लंच. चार वाजता कमिशनरसाहेब पेंडिंग व्हिजिलन्स केसेसचा रिव्ह्यू घेणार आहेत. मी लिस्ट करून ठेवली आहे. फाइल्स टॅग करून ठेवलेल्या आहेत."

स्वामी थोडासा घोटाळला मग म्हणाला, "सर, देअर आर थ्री केसेस ऑफ मेजर पेनल्टी प्रोसीडिंग्ज् अगेन्स्ट मिस्टर पाटील, डी.ओ.एस्. इन नसरापूर डिव्हिजन. कमिशनर इज द डी.ए. इन ऑल केसेस. ई ओज् रिपोर्ट्स आर ऑन फाईल. नेक्स्ट मंथ इज द डीपीसी फॉर ओ.एस. पाटील इज ॲट द टॉप. ही मेट द कमिशनर यस्टरडे. कमिशनर मे वाँट टु नो व्हॉट द डीले ईज."

रावांच्या कपाळावरची उभी आठी आणखीच गडद झाली. हलक्या पावलांनी पीए निघून गेला.

●●●

सात वर्षांपूर्वी रावांना प्रमोशन मिळाले. ते सीनियर सुपरिंटेंडेंटचे असिस्टंट कलेक्टर झाले आणि त्यांना नसरापूर डिव्हिजनचा चार्ज मिळाला. जॉइनिंग रिपोर्टवर

सह्या घ्यायला पाटील आला होता. ठेंगणा, एका डोळ्यात फूल पडलेला. चिरका आवाज. तोंडावर बेरकी भाव. त्याला बघताक्षणीच रावांना त्याच्याबद्दल तिरस्कार वाटू लागला.

''सर, आय ॲम पाटील, डी.ओ.एस्. वेलकम टू नसरापूर डिव्हिजन सर!''

''थँक यू मिस्टर पाटील!'' जरा कोरडेपणानेच रावांनी उत्तर दिले. जॉइनिंग रिपोर्टच्या सगळ्या कॉपीज्वर सह्या करून त्यांनी पाटीलच्या हातात ठेवल्या.

''मी दिवापूर डिव्हिजनला यू.डी.सी. होतो, पाच वर्षांपूर्वी मी प्रमोशनवर इथे आलो आहे. इथले आमदार माझे मेव्हणे आहेत. आणि एम.पी.माझा साला आहे. त्यांनीच कमिशनरसाहेबांना फोन करून माझी पोस्टिंग इथे करून दिली. इथेच माझी शेतीवाडी आहे. गावात चांगली ओळख आहे. काही काम लागलं तर सांगा साहेब. संकोच करू नका.''

पाटील गेल्यावर रावांनी सुपरिंटेंडेंटस्ची कॉन्फरन्स घेतली. सगळ्या बाबतींचा रिव्ह्यू घेतला. पेंडन्सी, रेव्हेन्यू पोझिशन याबद्दल चर्चा केली. केतकर रावांचे जुने कलीग. हेडक्वार्टर्समध्ये दोघांनीही प्रिव्हेंटिव्हमध्ये खूप वर्षे एकत्र काम केलेले होते. क्वार्टर्समध्ये दोघेही शेजारीच राहायचे. मिनिस्टरियलमधून प्रमोट झाल्यामुळे केतकर अजून ज्युनियर होते. रावांनी केतकरांकडून डिव्हिजनच्या आणि स्टाफच्या खाचाखोचा जाणून घेतल्या. शेवटी नाव आले ते पाटीलचे.

''भयंकर माणूस आहे तो साहेब. रियल पोलिटिशियन. फाटका माणूस पण माल खूप कमावला आहे. त्याचा सासरा साधा शाळामास्तर. याची बायको एकटीच मुलगी. याने सासऱ्याच्या नावावर भरपूर शेतजमीन घेतली. मृत्युपत्र करून घेतलं. गेल्या वर्षी सासरा मेला, तर सत्तर एकर बागायती जमीन याच्या बायकोला मिळाली. आज वीसएक लाख रुपये किंमत असेल. मग हा आपल्या आय् पी.एल् ला बायकोची प्रॉपर्टी म्हणून डिक्लेअर करून मोकळा झाला.''

''मग एन्क्वायरी नाही झाली?''

''सगळं झालं साहेब. व्हिजिलन्स सेक्शन, सी.आय.यू सगळे. अगदी सी.व्ही.सी.कडे पण फाईल जाऊन आली. एव्हरीथिंग वॉज अबोव्ह बोर्ड. सी.बी.आय. एन्क्वायरीतून तो क्लीअर झाला. आणि मग ज्यांनी तक्रार केली असे त्याला वाटत होते, त्यांच्याविरुद्ध याने सर्पसत्र सुरू केले. ॲनॉनिमस कंप्लेंट्स काय, गॉसिप काय, विचारू नका. त्या सर्वांनी बाहेर पोस्टिंग मागून घेतली.''

''दादा माणूस दिसतोय. दिसतोच तसाही बेरका.''

''त्याची पोच फार आहे साहेब. सगळे राजकारणी लोक त्याच्या नात्यातले

आहेत. त्यामुळे कलेक्टर, एस.पी. वगैरेही त्याच्या वाटेला जात नाहीत. तुमच्या अगोदरचे ए.सी. तर त्याच्या अगदी मुठीत असत. त्यांनीच त्याला टेक्निकल आणि ॲडमिनिस्ट्रेशन दोन्ही चार्जेस दिले. प्रिव्हेंटिव्ह, गोल्ड कंट्रोल अशा सगळ्या पोस्टचा त्याने चिखलच करून टाकला. स्टाफला धमक्या देऊन पैसेपण उकळतो तो. साहेब मिंधे आणि वरपर्यंत पोच. मग त्याला रानच मोकळे झाले होते.''

रावांनी दुसऱ्याच दिवशी टेक्निकल चार्ज पाटीलकडून काढून घेतला. पाटील लगेच चेंबरमध्ये हजर.

''साहेब, आपण एसी आहात. आपली ऑर्डर तर आम्हाला पाळायलाच पाहिजे. पण साहेब, कोहलीसाहेबांनी मला दोन्ही चार्जेस दिले, कारण साळवी काम करीत नव्हते म्हणून. साळवींचे लागेबांधे सगळ्या लायसेन्सीजूशी आहेत. ते आणि एक उठवळ एल.डी.सी आहे, सिंधीण. त्यांनी अगदी उच्छाद मांडला होता इथे.''

''पाटील, तुम्ही जरुरीपेक्षा जास्त बोलता. मी साळवी आणि ती मुलगी यांच्याविषयी चांगले रिपोर्ट्स ऐकलेले आहेत.''

''साहेब, आपलं डिपार्टमेंट फार फसवं आहे. इथे जे दिसतं ते तसं कधीच नसतं साहेब. माझं म्हणणं तुम्ही ध्यानात ठेवा.''

''थँक्स पाटील! यू कॅन गो नाऊ.''

पाटलांविषयी पुष्कळ शिफारशी आल्या. सीनियर्सकडून चौकशा झाल्या. पण राव बधले नाहीत. लवकरच नसरापूर डिव्हिजनच्या खाचाखोचा त्यांच्या ध्यानात आल्या. एक्सपोर्टचे काम पुष्कळ होते. त्यामुळे ड्यूटी रिफंड आणि ड्रॉबॅकच्या पुष्कळ केसेस पेंडिंग होत्या. ॲडज्युडिकेशन्सची पेंडन्सी खूप होती.

राव एकटेच राहत होते. विजय बारावीत आणि सुजया दहावीत असल्यामुळे सुखदा नागपूरलाच राहिली होती. लक्ष्मीनगरला मोठे घर होते. त्यामुळे राव दिवसभर काम करायचे, रात्री उशिरापर्यंत बसायचे. हळूहळू पेंडन्सी कमी होत गेली.

पाटीलवर रावांचे बारीक लक्ष होते. स्टाफमधली सगळी बॅड एलिमेंट्स पाटीलच्या आसपास होती. रावांनी सगळ्यांच्या पोस्टिंग्ज बदलून सगळी गँग मोडून टाकली. राव विरुद्ध पाटील असा सामनाच सुरू झाला. रावांवर त्यामुळे पुष्कळ संकटे आली; पण त्यातून ते सुटले. त्यांनी पाटलांवर केलेले प्रतिआघात समोरच्या तीन फायलींमध्ये होते.

●●●

या सगळ्या आठवणींनी राव अस्वस्थ झाले. त्यांनी डोळे मिटून गुरूंचे ध्यान केले. डोळे उघडून तसबिरीला नमस्कार केला. घोटभर पाणी पिऊन ते कामाला

लागले.

त्यांनी समोरच्या गठ्ठ्यातली वरची फाईल उघडली. फाईल होती रेणू सावलानीची. तिची रजा संपल्यावर ती कामावर रुजू झालेली नव्हती. तिच्यावर डिसिप्लीनरी ॲक्शन घ्यावी, अशी शिफारस केलेली होती.

राव जेव्हा प्रमोशनवर एसी म्हणून नसरापूर डिव्हिजनला रुजू झाले; तेव्हा रेणू सावलानी एल.डी.सी. होती. उंच, गोरीपान आणि सडपातळ. तिला नेहमी घाम यायचा. अगदी हिवाळ्यातसुद्धा. ती गुलाबाचा परफ्यूम वापरायची. ती जवळ आली की घाम आणि गुलाब यांचा संमिश्र वास यायचा. हळूहळू रावांना तो वास आवडायला लागला.

रेणू नेहमी खाली मान घालून बोलायची. पण तिच्या डोळ्यांत आव्हान असायचे. नराला चाळवण्याची जादू तिच्या डोळ्यांत होती.

राव नसरापूरला एकटेच राहत होते. नसरापूरला सरकारी क्वार्टर्स होत्या; पण रावांच्या आधीचा ए.सी. क्वार्टर्स सोडायला तयार नव्हता. त्यामुळे रावांना नाइलाजाने भाड्याच्या घरात राहायला लागत होते.

गावाच्या बाहेर सिंधी कॉलनी होती. छोट्या छोट्या प्लॉट्समध्ये बांधलेली लहान लहान घरे. व्यापारउद्योग करणारे सिंधी तिथून लवकरच जास्त चांगल्या घरात गेले होते. पण नोकरीपेशाचे सिंधी तिथेच राहत होते. त्या कॉलनीतले सगळ्यांत शेवटचे घर रावांनी भाड्याने घेतले होते.

रेणूचा बाप सेंट्रल एक्साइजमध्येच मिनिस्टरियल पोस्टवर होता. हृदयविकाराच्या झटक्यामुळे तो अपंग झाला होता. कॉंपॅशनेट बेसिसवर रेणूला एल.डी.सी. म्हणून नोकरी लागली होती. तिचे घर तिच्या पगारावरच चालत होते. त्यामुळे तिशी उलटली, तरी तिच्या लग्नाचा विषय कधी निघालाच नव्हता.

त्या घरात राहायला आल्यावर काही दिवसांनी राव सकाळी फिरायला निघाले होते. एका घराच्या लहानशा बागेत सुंदर गुलाब फुललेले होते. शुभ्र साडी नेसलेली एक बाई झारीने पाणी घालत होती. रावांना एकदम राजकपूरचा 'जागते रहो' सिनेमा आठवला. शेवटच्या दृश्यात चोळी न घातलेली, स्तनांवरून पांढऱ्या साडीचा पदर घट्ट लपेटलेली, हातात घागर घेतलेली ओलेती नर्गीस राजकपूरला दिसते. तिने घातलेले पाणी पितांना त्याचे डोळे ते रूप पीत राहतात. रावही तसेच त्या बाईकडे पाहत राहिले.

झारीतले पाणी संपले, तशी ती बाई वळली. रावांना बघून थबकली. ती रेणूच होती. पुढे येऊन तिने फाटक उघडले. ''सर, आप! आईये ना प्लीज!''

घर लहान असले तरी व्यवस्थित लावलेले होते. रेणूचे वडील बाहेरच्या खोलीत पलंगावर निजलेले होते. शेजारच्या स्टुलावर औषधे आणि पाण्याचा तांब्या ठेवलेला होता. पलंगाच्या खाली बेडपॅन आणि किडनी ट्रे जाळीच्या रुमालाखाली झाकून ठेवलेले होते.

''सर, आप हमारे घर आये, बहुत खुशी हुअी। मैने आपके बारेमे बहुत सुना है। नसरापूर डिव्हिजन बहुत बदनाम हो गयी थी। गोल्ड कंट्रोल और प्रिव्हेंटिव्हमें लूट मची थी। अच्छा हुआ आप आये। मेरी बेटीकी मुझे बहुत चिंता हो रही थी। उसका डी.ओ.एस्. पाटील उसे बहुत रुलाता है। रातको लेट बिठाके रखता है। उसके इरादे मुझे अच्छे नहीं लगते. मगर बेटी अभी कन्फर्म नहीं हुअी है। अब वही हमारा सहारा है। जबसे उसकी माँ गुजर गयी, तबसे दाल-रोटी बनानेसे सब काम इसीको करने पडते हैं। मै तो अपाहिज हूँ। मेरे मेडिकल बिल ये डीओएस पास नहीं करता है। अब मेरी बेटी आपके हाथमें हैं।''

खूप गोड, दुधाळ चहा पिऊन रावसाहेब घरी आले. त्याच दिवशी त्यांनी डीओएस्‌ला केबिनमध्ये बोलावले.

''पाटील, मला टेक्निकल सेक्शनमध्ये स्टाफ कमी पडतो आहे. आय वॉंट समवन केपेबल टु प्रोसेस रिफंड अँड अॅडजुडिकेशन फाइल्स. पी अँड व्ही मधून कुणालातरी शिफ्ट करा.''

''यस् सर, मी मिसेस गायकवाडांना शिफ्ट करतो. शी इज सीनियर, वेल एक्सपीरियन्सड्. कामाला चांगल्या आहेत.''

''मिस्टर पाटील, शी इज व्हेरी गुड; बट आय थिंक समवन यंगर विल बी बेटर फॉर द हेव्ही वर्कलोड. समवन व्हू कॅन वर्क लेट ऑलसो. व्हॉट अबाऊट मिस समलानी?''

''साहेब, ती बाई कामचुकार आहे. शी इज अ शर्कर. तिचे रेप्युटेशन पण चांगले नाही.''

''पाटील, आय हॅव्ह सीन हर वर्क फॉर द लास्ट फ्यू डेज. तुमचे असेसमेंट मला चुकीचे वाटते.''

''साहेब, जे जसे दिसते ते तसे नसते. आपण म्हणत असाल, तर मी आजच ऑर्डर काढतो. पण मला अजून वाटते की...''

''मिस्टर पाटील, यू कॅन गो.''

रिफंड आणि अॅडजुडिकेशनच्या हजारभर केसेस पेंडिंग होत्या. रिफंडच्या केसेस प्रोसेस झालेल्या होत्या; पण फायनल ऑर्डर्स आणि प्रीऑडिट बाकी होते.

रावांच्या आधीच्या ए.सी. ने गेल्या दोन वर्षांत एकही अॅडज्युडिकेशन केलेले नव्हते. रेणूला टायपिंग येत होते. रावांचे डिक्टेशन ती लाँग हँडमध्ये घेऊन टाइप करीत असे. राव, रेणू आणि सावंत शिपाई रोज रात्री उशिरापर्यंत बसायला लागले.

टाइप केलेले मटेरियल टेबलवर ठेवताना रेणूचा पदर पुष्कळदा ढळायला लागला. रावांच्या शेजारी उभी असली, की तिचा स्पर्श नेहमी व्हायचा. हळूहळू रावांचा उजवा हात तिच्या कमरेभोवती पडायला लागला. तिच्या नितंबांवर फिरायला लागला.

रेणू रावांच्या गाडीतूनच घरी जायची. साहेब मागे आणि ती ड्रायव्हरच्या शेजारी. एक दिवस ड्रायव्हर लवकर गेला. तेव्हा साहेबच गाडी चालवत घरी गेले. रेणूचे घर आले, तेव्हा त्यांनी गाडी उभी केली. तिच्या बाजूचे दार उघडायला त्यांनी उजवा हात पुढे केला. तेव्हा रेणू जरा पुढे झुकली आणि रावांचा हात तिच्या स्तनांवरच थांबला.

त्यांचा डावा हात तिच्या मानेवर गेला. तिने आपला चेहरा रावांकडे वळवला. त्यांचे ओठ भेटले. रावांचा हात तिच्या स्तनांना गोंजारत राहिला.

दुसऱ्या दिवशी रेणू ऑफिसला आली नव्हती. तिचे लीव्ह ॲप्लिकेशन टेबलावर होते. रावांना राहून राहून तिची आठवण येत होती. पण त्या दिवशी चार पार्लमेंट क्वेश्चन्स होते. ऑडिट कॉमेंट्स जायचे होते. सगळा सीनियर स्टाफ ऑफिसमध्ये उशिरापर्यंत बसला होता.

सगळी कामे उरकून राव घरी पोचले, तेव्हा रात्रीचे अकरा वाजले होते. शॉवर घेऊन टॉवेल गुंडाळून ते न्हाणीघरातून बाहेर आले, तेव्हा दाराची घंटा वाजली.

हातात डबा घेऊन रेणू दारात उभी होती. फुलाफुलांची साडी. डोळ्यांत सुरमा, केसांत गुलाबाचे फूल.

"सर, आज आप का बर्थडे है। मैं आपले लिये केक लायी हूँ। मैंने खुद बनाया है।"

सकाळी मुलांचा फोन आला होता; पण त्यानंतर कामाच्या धबडग्यामध्ये राव वाढदिवसाबद्दल विसरूनच गेले होते.

"थँक यू! और मेरे लिये क्या प्रेझेंट लायी हो?"

हातातला डबा खाली ठेवून रेणू पुढे आली. रावांना बिलगली. चेहरा वर करून उभी राहिली. रावांचे ओठ तिच्या डोक्यावर, गालांवर, ओठांवर फिरत राहिले. त्यांचे हात तिचे नितंब कुरवाळत राहिले. त्यांचा टॉवेल गळून पडला. रेणूला उचलून घेऊन राव आत गेले.

निळ्या बेडस्प्रेडवर निर्वस्त्र रेणू. राम तेरी गंगा मैली मधल्या मंदाकिनीसारखी. पुन्हा पुन्हा रिस्पॉन्स देणारी. सराईत, पटाईत. तिच्या अंगावरच्या घामाचे लेप रावांच्या छातीवर, पोटावर, ओटीपोटावर लागत राहिले.

शेवटच्या उत्कट क्षणी त्यांना एकदम सुखदाची आठवण झाली. लाजरी, बुजरी सुखदा; पण रावांच्या हातातल्या जादूने उफाळून यायची. हलक्या आवाजात किंचाळायची. रावांना ओरबाडायची. मुले वयात आली तरी तिच्या आनंदाची उत्कटता ओसरलेली नव्हती.

रात्री केव्हातरी रेणू हलक्या पायांनी निघून गेली.

दुसऱ्या दिवशी ऑफिसमध्ये रेणू नेहमीप्रमाणेच काम करत होती. पण रावांच्या जवळ यायचे टाळत राहिली. स्पर्श होणार नाही, अशी काळजी घेत राहिली.

रात्रीची रेणू मात्र दिवसाच्या रेणूपेक्षा अगदी उलट होती.

तिसऱ्या रात्री जाताना ती म्हणाली,

''लोग बोलने लगे हैं। आपका जोर भी मुझे रोज सहना मुश्किल हो रहा है। मैं कभी कभी आया करूंगी।''

शनिवारी रात्री रेणू आली तेव्हा तिच्या हातात बॅग होती. नोटांनी खच्चून भरलेली.

''आपने करीब एक सौ दस रिफंड सँक्शन किये हैं। छोटे छोटे ऑर्डर्स मैंने वैसे ही भेज दिये है। मगर बडी केसेसमें मैंने असेसीको पर्सनल डिलिव्हरी दी है। दस से पंधरा परसेंट मैने रखवा लिये हैं। पहले ए.सी. साब की भी यही रेट थी.''

''तुम भी इसमेंसे ले लो।''

''सर, मैंने अपना हिसाब पहलेही कर लिया है।''

''तब भी, मैं कुछ अपनी तरफसे देना चाहता हूँ। प्लीज ॲक्सेप्ट.''

दोन पुडकी रेणूच्या हातात गेली. त्या रात्री प्रणय आणखीच रंगला.

रेणू गेल्यावर रावसाहेब बराच वेळ जागे होते. कुठेतरी, काहीतरी खटकत होते.

रेणूचे लग्न झालेले नव्हते. म्हणून ती कुमारिका असायली हवी. पण ती रतिक्रीडेत निपुण होती. केव्हा पुढाकार घ्यायचा, केव्हा माघार घ्यायची हे तिला बरोबर माहीत होते. सुखदा दमून जायची. तुम्ही फार जोर लावता म्हणायची. दुसऱ्यांदा करायला नाराज असायची. पण रेणू रात्रभर पुरून उरत असे.

आणि एस्टाब्लिशमेंटमध्ये काम केलेल्या क्लार्कला रिफंड केसेसमध्ये कमिशन काढायची कला कुठून येत होती ?

प्रथमच रावांच्या मनात पाल चुकचुकली. त्यांची झोपही अस्वस्थ होती.

•••

पुढच्याच आठवड्यात मुलांच्या परीक्षा संपत होत्या. चार दिवस सलग सुट्ट्या होत्या. शनिवार, रविवार जोडून तीन दिवस सी.एल. घेऊन बारा दिवस सुटी मिळत होती.

राव नागपूरला घरी पोचले तेव्हा संध्याकाळ व्हायला आली होती. मुलांचे पेपर्स चांगले गेले होते. ती दोघेही नऊच्या सिनेमाला जाणार होती. या दोघांचीही तिकिटे काढलेली होती. पण बाबा दमलेले होते, आणि त्यांना एकटे सोडून आई येऊ शकत नव्हती.

शॉवर घेऊन राव कॉटवर पडले. त्यांना एकदम रेणूची आठवण झाली. पण तेव्हाच सुखदा आत आली. तिने दार लावून वरची कडी लावून घेतली. तिने गुलाबी रंगाचा पातळ नाईट गाउन घातलेला होता. दोन मुलांची आई असूनही सुखदाचा बांधा छान होता.

रावांना बिलगून तिने आपले हात त्यांच्याभोवती टाकले. ''कसल्या विचारात पडले आहात?''

''कुठं काय ? तुझाच विचार करत होतो.''

रावांचा हात तिच्या पाठीवर पडला. पाठीवरून फिरला. सुखदाने ब्रेसियर घातलेली नव्हती. रावांनी गाउनच्या पुढच्या गुंड्या सोडल्या. त्यांचा हात आत गेला. सुखदाच्या स्तनांशी खेळू लागला. सुखदा सुखावली. तिने ओठ पुढे केले.

तीन महिन्यांच्या विरहामुळे सुखदा भुकेली होती. पंधरा मिनिटांनंतर सुखावलेली सुखदा रावांना बिलगून राहिली. रावांच्या कानांच्या पाळ्यांना चावत राहिली.

''आज बाबा दमलेत म्हणून मी मुलांना सांगितलं. पण तुम्ही खरेच दमलेले दिसताहात. एव्हाना तुमची दुसऱ्या सेशनची तयारी झालेली असते.''

''अगं, पन्नास वर्षे उलटली माझी. आता हळूहळू हे कमीच होणार.''

''कुणाला सांगताय? मला? रात्ररात्र छळायचे तुम्ही मला.''

सुखदाचा हात त्यांच्या ओटीपोटावर होता. तो खाली गेला. त्यांच्या मांड्यामध्ये हलका फिरला. रावांचा पुरुष पुन्हा जागला. घाई न करता, सावकाश प्रणय फुलला.

राव रेणूला पार विसरून गेले होते.

•••

रजा संपायला दोन दिवस उरले होते. तेव्हा कमिशनरच्या पी.ए. चा फोन

आला.

''साहेब, मी समेळ बोलतो आहे. साहेबांनी तुम्हाला लगोलग भेटायला बोलावले आहे. तुम्ही डिव्हिजनला न जाता हेडक्कार्टर्सलाच रिझ्युम करा.''

कडक युनिफॉर्ममध्ये राव कमिशनरच्या ऑफिसमध्ये पोचले. दोघेही एकाच वर्षात नोकरीला लागले होते. राव इन्स्पेक्टर म्हणून आणि जोशी डायरेक्ट आय.आर.एस. म्हणून. तीस वर्षांनी राव असिस्टंट कमिशनर झाले होते आणि जोशी कमिशनर. कामाला कडक पण स्वभावाने चांगले अशी जोशीसाहेबांची ओळख होती. आधी दोनवेळा एकत्र काम केलेले असल्याने साहेब रावांना चांगले ओळखत होते.

कडक सॅल्यूट ठोकून राव जोशीसाहेबांच्या पुढे उभे राहिले.

''सिट डाउन राव. हाऊ आर यू ?''

हातातली फाईल संपवून साहेबांनी हात वर करून आळस दिला.

''काय म्हणताय राव? कशी गेली सुटी? मुले ठीक आहेत ना? मिसेस राव बऱ्या आहेत?''

थोडा वेळ साहेब गप्प राहिले. मग त्यांनी टेबलाच्या खणातून एक फाईल काढली. ''कॉन्फिडेन्शियल''चा लाल टॅग फाईलवर लागलेला होता.

''आय शॅल कम स्ट्रेट टू द पॉइंट. देअर आर सीरियस कम्प्लेंट्स अगेन्स्ट यू.''

जोशीसाहेबांनी एक पत्र रावांच्या समोर ठेवले. थरथरत्या हातांनी रावांनी ते उचलले.

राव आणि रेणू यांच्या प्रेमसंबंधाबद्दल तक्रारीचे ते पत्र कमिशनर, बोर्ड, मिनिस्टर आणि सीबीआय या सगळ्यांना गेलेले होते. अगदी तारखा, वेळा देऊन, त्यांच्यातली भानगड खुलवून लिहिलेली होती. वाचता वाचता रावांचा चेहरा उतरला. कपाळावर घाम आला.

''धिस डिव्हिजन इज नटोरियस. तक्रारी लिहिणे हा तिथल्या लोकांचा आवडता छंद आहे. अजूनपर्यंत एकही ए.सी. किंवा डी.सी. यातून सुटलेला नाही. मी तिथे होतो तेव्हा मी, ऑफिसची गाडी घरच्या कामासाठी वापरतो आणि ऑफिसचा शिपाई माझ्या मुलीला शाळेत पोचवतो अशा पण तक्रारी झालेल्या होत्या.

''द स्टाफ देअर लॅक्स इन मॉरल्स. तीन-चार इन्स्पेक्टर्स आणि काही लेडी स्टाफ, अशी एक गँग आहे. दे होल्ड ऑर्गीज्. अल्कोहोल अँड सेक्स. सुटीच्या दिवशी युनिफॉर्म्स घालून रिमोट एरियात पेट्रोलिंग करतात. गेटपासशिवाय जाणारा माल पकडतात आणि सेटलमेंट करतात. बसेस चेक करतात. गोल्ड कंट्रोलखाली

दागिने पकडतात. ऑल विदाऊट अ‍ॅथॉरिटी. तिथे एक यूडीसी होता पाटील नावाचा. तो पण युनिफॉर्म घालून अशा भानगडी करायचा. मी दोन-तीन केसेस इनिशिएट केल्या होत्या. बट ही इज व्हेरी वेल कनेक्टेड. आय हॅड हिम ट्रान्सफर्ड. पण तो प्रमोशनवर परत आला.

''तर अशा ठिकाणी तुम्हाला फार काळजीने राहायला पाहिजे. तुम्ही एकटे आहात. मिसेस राव तुमच्या जवळ नाहीत. म्हणून तुम्ही आणखीच काळजी घ्यायला हवी. एकादा शिपाई घरात ठेवा. ही मे कॅरी स्टोरीज टू अदर्स; पण निदान अशा तक्रारी तरी येणार नाहीत.

''एनीवे, हे पत्र अनॉनिमस आहे. म्हणून मी बोर्डाला लिहून टाकीन, की मी चौकशी केली आहे. आणि या तक्रारीत काही तथ्य नाही. बट यू शूड बी अलर्ट नाऊ. या बाईबद्दल मी आधीही बरेच ऐकलेले आहे. आय थिंक दॅट शी हॅज ए हजबंड आल्सो. पण ती नाव बापाचेच लावते.''

जोशीसाहेबांनी दुसरी फाईल उघडली.

''धिस कंप्लेंट इज मोअर सीरियस. तुम्ही दिलेल्या सगळ्या रिफंड्सची यादी दिलेली आहे. तक्रार अशी आहे, की प्रीऑडिट व्हायच्या आधीच तुम्ही पेमेंट करून टाकलीत. धिस इज व्हेरी इररेग्युलर, हे तुम्हाला महाग पडायची शक्यता आहे. आता एक काम करा. तुमच्या सुपरिंटेंडेंट ऑडिटला बोलावून सगळे क्लेम्स प्रायर डेटला प्रीऑडिट केल्याच्या एंट्रीज करून घ्या. आणि तसा रिपोर्ट मला पाठवा. म्हणजे आय शॅल सेंड द मॅटर टू द बोर्ड फॉर क्लोझर.''

जोशी साहेबांनी आणखी एक फाईल काढली.

''धिस इज अ लिस्ट ऑफ द अ‍ॅडजुडिकेशन ऑर्डर्स पास्ड बाय यू. तुम्ही गेल्या दोन महिन्यात खूप डिस्पोझल केले. या तक्रारीत काही केसेसचा उल्लेख आहे. तिथे तुम्ही खूप कमी पेनल्टी लावली आहे. एक-दोन नोटिफाईड गुड्सच्या केसेस तुम्ही ड्रॉप केल्या आहेत. द अलेगेशन इज दॅट यू मेड लॉट ऑफ मनी.

''तसा प्रत्येक केसचा हेडक्वार्टर्समध्ये रिव्ह्यू होतोच. पण या सगळ्या फाइली तुम्ही ताबडतोब मला पाठवून द्या. तुमच्या आणि माझ्या सेफ्टीसाठी मी सर्व केसेस रिव्ह्यू करून कमिशनर अपील्सकडे पाठवतो. आणि तसा रिपोर्ट करतो. अपील्सचा निकाल अजून सहा-सात वर्षे तर येणार नाहीच. बाय दॅट टाइम. सगळेजण सगळ्या गोष्टी विसरून गेले असतील.

''आणि प्लीज बी व्हेरी केअरफुल. बिवेअर ऑफ पाटील, युवर डीओएस. ही इज अ रियल रास्कल. त्याच्याविरुद्धची एक डिसप्रपोर्शनेट अ‍ॅसेट्ची तक्रार आहे.

आणखी एक तक्रार आहे. ह्या माणसाने ट्रक्स विकत घेतलेल्या आहेत आणि तो असेसीचा माल फॅक्टरीतून काढायच्या कामावर दुप्पट रेटने या ट्रक्स लावतो. दॅट केस इज अंडर इन्व्हेस्टिगेशन. आणखी एक केस आहे. आय फर्गेट द डीटेल्स्.

''बट ही इज क्लेव्हर. फार हुशार माणूस आहे तो. 'मी वाटेल ते करीन, मला कुणी पकडू शकत नाही,' अशी त्याची प्रौढी असते आणि शिवाय ही इज वेल कनेक्टेड. डिव्हिजनमध्ये काय, पण हेडक्वार्टर्समध्ये पण त्याचे हेर पसरलेले आहेत. युनियनचे पुढारी त्याच्याकडे सल्लामसलतीला जातात. गावातही त्याची वट आहे. लोकल एमएलए., एम.पी. हेही त्याला चांगले ओळखतात.

''जरा त्याला ताब्यात ठेवा आणि ही जी कोणी बाई आहे ते बघून घ्या. तुमच्या दोघांचे तसे काही नसेल; पण सीझर्स वाइफ मस्ट ऑलवेज बी अबोव्ह सस्पिशन.''

घरी न जाता राव सरळ नसरापूरला गेले.

●●●

राव ऑफिसला पोचले तेव्हा फायलींचे गठ्ठे त्यांची वाट पाहत होते. प्रत्येक डिपार्टमेंटची डाक लाल कापडी बांधणीच्या फोल्डर्समध्ये लावून ठेवलेली होती. राव डाक पाहायला लागले, तेव्हा त्यांचा पी.ए., सुपरिंटेंडेंट टेक्निकल आणि डीओएस समोर उभे होते. एस्टाब्लिशमेंट्सच्या फाइल्सवर सगळ्यात वरचा कागद होता, रेणू सावलानीचा चार महिन्याचा रजेचा अर्ज. ती तिच्या नवऱ्याकडे ओमानला गेली होती.

रावसाहेबांच्या चेहऱ्यावरचे आश्चर्य बघून पाटील म्हणाले, ''साहेब, मी आपल्याला म्हणालो होतो, की जे जसे दिसते ते तसे नसते. ही बाई लग्न झालेली आहे. पण ती स्वत:ला मिस् म्हणवते. तिच्या सर्व्हिस रेकॉर्डमध्ये पण तिच्या लग्नाचा उल्लेख नाही.''

रावसाहेबांनी आवंढा गिळला. चेहऱ्यावर काहीही भाव न दाखवता त्यांनी त्या अर्जावर इनिशिअल्स केल्या. फायलींचा ढिगारा उपसता उपसता मध्यरात्र उजाडली.

त्या रात्री रावांना झोप लागली नाही. त्यांची चादर स्वच्छ धुतलेली होती. पण तिला अजून गुलाबाचा वास येत होता.

सकाळी मन नको नको म्हणताना पण त्यांचे पाय रेणूच्या घराकडे वळले. तिच्या घराला मोठे कुलूप होते. बागेतले गुलाब सुकून गेले होते.

राव घरी आले तेव्हा फोन वाजत होता.

''मी सुखदा, कसे आहात तुम्ही? काय झालं? साहेबांनी कशाला बोलावलं

होतं? काही प्रॉब्लेम आलाय का?''

''काही विशेष नाही गं. कुणीतरी काहीतरी तक्रार केली होती. पण ती निनावी आणि निरर्थक आहे. साहेबांनी फाईल करून टाकली.''

''मलाही ती खात्री होतीच. काय वाईटसाईट लिहिलेलं होतं!''

रावांचा श्वास अडकला. छातीत कळ आली. घसा कोरडा पडला, कसेबसे शब्द उमटले.

''तुला माहीत होतं या तक्रारीबद्दल?''

''हो. एक प्रत माझ्या नावाने पण आली होती. मी फाडून फेकून दिली.''

''पण-पण तुला काही वाटलं नाही? शंका आली नाही?''

''थोडंसं वाटलं. पण मग तुम्ही आलात. त्या रात्री माझी खात्री पटली. तुम्ही जर दुसऱ्या कुठल्या बाईच्या नादी लागला असतात, तर मला लगेच जाणवलं असतं. शेजेवरचा नवरा बायकोसाठी पारदर्शक असतो.''

आपण एवढे समर्थ नट आहोत, हे रावांना माहीतच नव्हते. सुखदा समोर असती तर कदाचित त्यांच्या चेहऱ्यावरचे भाव तिला वाचता आले असते. पण फोनवर आपल्या आवाजावर रावांनी ताबा ठेवला.

आठवडाभर रावांनी डॅमेज कंट्रोल एक्सरसाइज केला. मध्यरात्रीपर्यंत काम करून त्यांनी रिफंड केसेस सरळ करून टाकल्या. ॲडजुडिकेशनच्या फाईल्स हेडक्वॉर्टर्सला पाठवल्या. रात्री स्वप्ने पडायची. कधी सुखदाची, कधी रेणूची. सकाळी फिरायला जाणे बंदच झाले होते.

दहा दिवसांनंतर त्यांनी व्हिजिलन्स सेक्शनची इन्स्पेक्शन ठेवली. सुपरिंटेंडेंट भट रिटायर व्हायला आले होते. मिनिस्टरियल रँकमधून आल्यामुळे कामाला पक्के होते. आणि सगळ्या डिव्हिजनच्या भानगडी त्यांना माहीत होत्या.

शेवटची फाईल होती ती ऑफिसर्स ऑफ डाउटफुल इंटिग्रिटी. ज्या अधिकाऱ्यांबद्दल संशय आहे पण त्यांच्याविरुद्ध सबळ पुरावे नाहीत, त्यांची नावे इथे नोंदली जातात. शक्यतर त्यांना नॉन सेन्सिटिव्ह पोस्टिंग दिली जातात. त्यांतले जे अग्रणी आहेत, त्यांची नावे सी.बी.आय ला पाठवतात. अशा 'ॲग्रीड लिस्ट' मधल्या अधिकाऱ्यांवर सी.बी.आय.ची नजर राहते.

''मिस्टर भट. या लिस्टमध्ये एकजण असायला हवा, पण त्याचं नाव मला दिसत नाही.'

''कोण तो साहेब?''

''अवर डी.ओ.एस. मिस्टर पाटील.''

भटांचे घारे डोळे चष्म्यातून चमकले. आवाजाची पट्टी खाली आणून ते म्हणाले, ''सर, आपण म्हणताहात ते अगदी बरोबर आहे. ही इज अ रास्कल. एकदोनदा तो अगदी रंगेहात सापडणार होता, पण वाचला. त्याचे लागेबांधे पुष्कळ आहेत. त्याला सगळेजण घाबरतात. त्याच्याविरुद्ध तक्रारी पण आल्या होत्या, पण एकदा व्हिजिलन्स सेक्शन त्याच्याकडे होता तेव्हा त्याने त्या सगळ्या फाइल्सच गायब करून टाकल्या.

''जोशीसाहेब इथे होते, तेव्हा त्यांनी फाईल तयार केली होती. ज्यांच्याकडून तक्रारी आल्या होत्या त्यांना बोलावून त्यांनी स्टेटमेंट्स लिहून घेतली होती. आणि मेजर पेनल्टी चार्जशीटस् करावीत अशी शिफारस हेडक्वॉर्टर्सला पाठवली होती. पण नंतर राजूसाहेब आले. ते जरा शौकीन प्रकृतीचे होते. त्यांची सगळी कामे पाटील करायचे. मग त्या तक्रारदारांना बोलावून दुसरी स्टेटमेंटस् तयार केली आणि राजूसाहेब स्वत: हेडक्वॉर्टर्सला घेऊन गेले. गेली पाच वर्षे काहीच झाले नाही. पाटील यूडीसीचे डी.ओ.एस्. पण झाले. आता त्यांना ओ.एस्. व्हायची स्वप्ने पडताहेत.

''आपल्याला माहीत नसेल साहेब, पण या ऑफिसमध्ये एक गँग आहे. अगदी पटाईत आणि सराईत चोर सगळे. हा पाटील त्यांचा लीडर आहे. आणि ती सावलानी बाई पण त्या गँगमध्ये आहे.''

''पण पाटीलच्या बोलण्यावरून तर मला वाटले, की ही डज नॉट लाइक हर.''

''साहेब, हे सगळे एकाच माळेचे मणी आहेत. दॅट लेडी लुक्स व्हेरी इनोसंट; पण आहे फार पाताळयंत्री. तिच्याच माध्यमातून या गँगने राजूसाहेबांना मुठीमध्ये ठेवले होते.''

''माय गॉड! देन वी मस्ट टीच हिम अ लेसन. भट, यू गेट ऑन द जॉब. कमिशनरसाहेबांनी काही तक्रारींचा उल्लेख केला होता. कलेक्ट इन्फॉर्मेशन, लेट अस हँग द बास्टर्ड.''

''सर, ते आपण माझ्यावर सोडा. मला याची सगळी अंडीपिल्ली माहीत आहेत. मी रिटायर व्हायच्या आधी याला पिंजऱ्यात टाकतो की नाही ते पाहा.''

भट दारापर्यंत पोचले. मग थबकले.

''सर, वन मोअर पॉइंट, आपल्या घराची राखण करायला आणि साफसफाई करायला मी एक शिपाई ठेवतो आहे. अफजल नावाचा. तुमच्या जवळच्या झोपडपट्टीत राहतो. ही इज अ रास्कल, पण स्मार्ट आहे. तुमची सगळी कामे तो बिनबोभाट करेल. त्याला मी अगदी धाकात ठेवीन. देअर शाल बी नो फॉलआउट.''

अफजल आत आला. गोरापान, घाऱ्या डोळ्यांचा. बायल्या चालीचा, मध्यम बांध्याचा.

"सलाम साब!"

घरी जाताना रावांची बॅग घेऊन अफजल पुढे ड्रायव्हरजवळ बसला होता. भटांची शेवटची वाक्ये रावांना जरा लागली होती. 'बिनबोभाट काम करणारा' आणि 'नो फॉलआउट' हे शब्द त्यांनी अफजलबद्दल वापरले होते. याचा अर्थ असा, की त्यांची आणि रेणूची अफेअर जगजाहीर झालेली होती. आणि पुढे जर काही आणखी झाले, तर ते कुणाला कळणार नव्हते.

घरी आल्यावर अफजलने चहा करून दिला. रावसाहेब शॉवर घेऊन आले. तोपर्यंत त्याने डब्यातले अन्न गरम करून टेबलावर ताट वाढलेले होते. रावांचे जेवण होईपर्यंत तो उभाच राहिला. रावांचे जेवण संपल्यावर त्याने लगेच भांडी धूऊन टाकली. हात पुसून तो रावांपुढे उभा राहिला.

"साब, ये कँटीनका खाना अच्छा नहीं होता, इससे पेट बिघडता है। राजूसाबको ये खानेसेच बीमारी हो गयी थी! कलसे हम आपका खाना बनायेंगे।"

सकाळी बेल वाजली तेव्हा रावांनी दार उघडले. दारात अफजल उभा होता. त्याच्यामागे हिरवी साडी नेसलेली लठ्ठशी, सावळी बाई उभी होती. गळ्यात काळी पोत, पायात रबरी चपला. तिच्या हातात एक भांडे होते. त्याच्यावर जाळीचा रुमाल होता. अंग चोरून ती घरात आली आणि सरळ किचनमध्ये गेली.

राव तोंड धुऊन न्हाणीघरातून आले तेव्हा टेबलवर वाफाळणारा चहा होता. किचनमधून खमंग फोडणीचा वास आला. चहा संपेपर्यंत कांदेपोहे तयार होते.

साब, दोपहेरका मैं डबा लाता। रातको क्या खायेंगे? मेरी बेगम बिरयाणी अच्छा बनाती है। सब तरहका खाना बनाती है। जोशीसाब थे प्युर वेज. राजूसाबको तेज मुरगी मंगता था। आपको अच्छा लगे वो आप बोलो।"

रात्री जेवण झाल्यावर अफजलची बायको आवराआवर करत होती. रावसाहेब आरामखुर्चीत डोळे मिटून बसले होते.

"साब, आप बहुत थके मालूम होते हो। मैं जरा चंपी कर दूं?"

अफजलचे हात अगदी मऊ होते. त्याचे हात रावांच्या डोक्यावर अगदी सफाईने फिरत होते. रावांना गुंगी आली. कष्टाने ते उठून बिछान्यावर गेले. खूप दिवसानंतर त्यांना गाढ झोप लागली. एकही स्वप्न न पडता!

●●●

अफजलची बायको सुगरण होती. अफजलचे हात मऊ होते. रावसाहेबांची

संध्याकाळ चांगली जाऊ लागली.

रावसाहेबांच्या बसायच्या खोलीत चार खुर्च्या आणि एक बसके टेबल होते. एक छोटा दिवाण होता. जेवण झाल्यावर रावसाहेब दिवाणावर लोळून पुस्तक वाचत बसत. अफजल आणि त्याची बायको आवरासावर करीत, किचन साफ करीत. भांडी धूत. काम झाले की सलाम करून निघून जात. मग रावसाहेब बाहेरच्या दाराला आतून कडी लावून शेजघरात जात.

एक दिवस आवराआवर करून अफजलची बायको निघून गेली. अफजल रावसाहेबांच्या पायाजवळ जमिनीवर बसला. हलक्या हातांनी त्यांचे पाय दाबू लागला. रावसाहेबांना बरे वाटले. अफजलचे हात मऊ होते.

अफजलचे हात त्यांच्या मांड्या कुरवाळू लागले. त्या संवेदनांनी रावांचे पुरुषत्व ताठरू लागले. अफजलचे हात त्याच्याशी खेळू लागले. साहेबांना झिणझिण्या आल्या.

राव एकदम भानावर आले. त्यांनी अफजलचे हात झटकून टाकले. ते उठले. त्यांनी रागाने अफजलकडे पाहिले, ''निकल जा!''

खाली मान घालून अफजल गेला; पण रावसाहेब चाळवले गेले होते. गार पाण्याने अंघोळ करूनही काही उपयोग झाला नाही. शेवटी अफजलच्या हातांनी सुरू केलेले काम रावांच्या हातांनी पूर्ण केले.

दुसऱ्या दिवशी अफजल आला नाही. दुपारचा डबा दुसरा शिपाई घेऊन आला. अफजलची बायको रात्री एकटी आली. रावसाहेबांना तिने जेवायला वाढले. आवरासावर करून पदराला हात पुसत ती बाहेर आली. खाली मान घालून उभी राहिली.

''अफजल आला नाही आज?''

''वो बाहरगाव गया है। मेरेको बोलके गया कि साबका खयाल रखो।''

''ठीक है। खाना तो हो गया। अब तुम चली जाओ।''

''नै साब। वो क्या बोला की साबका खयाल रखो। बोला की साबका मेमसाब नहीं है तो साबका दिल नहीं लगता, तो तुम रातको साबकी खिदमत करो।''

एक नवरा आपल्या बायकोला असे सांगू शकतो?

''तुम्हारा मरद होके ऐसा बोला वो?''

''सिरफ मूछ होनेसे मरद नहीं होता साब। उसके लिये और कुछ लगता है।''

अफजल दिसायला बायल्या होता. पण तो 'तसा' असेल असे रावांना वाटले नव्हते. त्यांच्या मांड्यांवर फिरणारे त्याचे मऊ हात रावांना आठवले. ते शहारले.

अफजलची बायको तशीच उभी होती. मग हळूच मागे वळून तिने बाहेरच्या दाराला आतून कडी लावली. रावांच्या बेडरूममध्ये गेली.

राव बेडरूममध्ये गेले; तेव्हा ती तयार होती.

ती निघून गेल्यावर रावांना आठवले, की त्यांना तिचे नावही माहीत नव्हते.

मग आठवड्यातून दोनदा अफजल गावाला जायला लागला.

सुखदाशी त्यांचा इतक्या वर्षांचा संसार होता. कधी लाजतबुजत तर कधी आवेशाने ती प्रणय करायची. लग्नानंतर रोजच, मग पुढे पुष्कळ अंतराने. पण त्यात अजून गोडी होती. वाट बघण्यात मजा होती. दूर असली तरी मनात ती कायम असायची, झोपताना तिची छबी डोळ्यांपुढे यायची.

आणि रेणूबरोबर घालवलेले ते दिवस, त्या रात्री. त्यात एक जबरदस्त नशा होती. प्रत्येक वेळी आधीचा अपराधीपणा बुडवून टाकण्याची शक्ती त्या धुंदीत होती.

आणि अफजलची बेगम?

सुखदा आणि रेणू प्रणयाचा आनंद लुटायच्या, बोलायच्या, चीत्कारायच्या, प्रत्युत्तर द्यायच्या, कधी लाजायच्या, कधी निर्लज्ज व्हायच्या.

अफजलची बीबी काहीच करत नव्हती. पाय फाकवून, गुडघ्यात दुमडून ती उताणी पडून राहायची. रावांच्या वजनाने, त्यांच्या आवेगाने, आवेशाने तिच्या चेहऱ्यावर काही भाव उमटत नव्हते. तिच्या तोंडातून कुठलाच शब्द उमटत नव्हता. आपण रबरी बाहुलीशी प्रणय करतो आहोत, असे रावांना वाटायचे.

मग त्यांना ती नकोशी झाली. एक दिवस ती आत जायला लागली, तसे ते म्हणाले, ''तुम घर चली जाव. जब मुझे लगेगा तो मैं तुम्हे बोलूंगा.''

''अच्छा साब.''

● ● ●

पंधरा दिवसांनी भट आले.

''सर, तुम्ही सांगितलेली दोन्ही कामे मी केली आहेत. आय हॅव्ह कलेक्टेड अ लॉट ऑफ डर्ट ऑन पाटील.''

भटांनी आपल्या हातातले कागद टेबलावर ठेवले.

''साहेब, पाटलांच्या नावावर तीन ट्रक्स आहेत. ट्रक्स घेतल्याची इंटिमेशन दिलेली नाही. सोर्सेस ऑफ फंड्स माहीत नाहीत. पाटलांचे तीन मित्र रेंज ऑफिसर्स आहेत. त्यांच्या ज्युरिसडिक्शनखाली येणाऱ्या फॅक्टऱ्यांतला माल न्यायला, आणायला या ट्रक्स वापरल्या जातात. इतर कंपन्या घेतात त्याहून जास्त भाडे या ट्रक्सना द्यायला लागते. कदाचित या ट्रक्समधून अनअकाउंटेड माल गेटपासशिवाय काढला जात

असेल. मी ट्रकच्या डीलरकडून सेल बिलच्या फोटो कॉपीज आणलेल्या आहेत. धिस इज इनफ फॉर अ मेजर पेनल्टी चार्जशीट.

''आणि या म्युनिसिपालिटीच्या टॅक्स रिसीट्स. दे आर इन द नेम ऑफ पाटील्स वाइफ. एम्.एस्.ई.बी मीटर, वॉटर मीटर, घरपट्टी सगळीकडे तिचे नाव आहे. पाटील जेव्हा पहिल्यांदा या डिव्हिजनला आले, तेव्हा ते भाड्याच्या घरात राहत होते. गेली तीन वर्षे हे घर त्यांच्या बायकोच्या नावावर आहे. ते सध्या इथेच राहत आहेत. ही इज क्लेमिंग एचआरए ऑलसो. ही केस डिसप्रपोर्शनेट अॅसेट्ची आहे. हिज सर्व्हिसेस कॅन बी टर्मिनेटेड ऑन धिस काउंट अलोन.''

''मिस्टर भट, यू हॅव्ह डन अ फँटास्टिक जॉब. पण या गोष्टी इतकी वर्षे कुणाला माहीत नव्हत्या?''

''सर, माहीत तर सगळ्यांनाच सगळंच असतं; पण नोबडी वाँट्स टु स्टार्ट एनिथिंग. धिस मॅन पाटील इज डेंजरस. ब्लॅकमेल करण्यामध्ये फार पटाईत आहे तो. आणि पूर्वीच्या डिव्हिजनल ऑफिसर्सना त्याने खूप सांभाळून ठेवले होते. जोशीसाहेब कुणाच्या अध्यातमध्यात नसत. राजूसाहेबांना पुष्कळ शौक होते. पाटील ते पुरे करायचा. नंतरचे दोन डिव्हिजनल ऑफिसर्स इथं राहायचेच नाहीत. तीन वर्षेपर्यंत ही डिव्हिजन अॅडिशनल चार्जमध्येच होती.

''पाटलांची स्टेट अॅडमिनिस्ट्रेशनमध्ये पण उठबस आहे. जमिनीचे खरेदीविक्री व्यवहार पण ते करतात. पण बेनामी. तिथे त्यांना पकडणे अवघड आहे, आणि पैसा तो जवळ कधीच ठेवत नाही.

''त्याला पण शत्रू आहेतच. त्यांचाच उपयोग मी करून घेतला. या माणसाने साहेब, मला पण फार त्रास दिलेला आहे. सावलानी म्हणून आमचा चांगला कलीग होता. त्याला पॅरालिटिक स्ट्रोक आला. त्याच्या मुलीला काँपेशनेट केस म्हणून लावून घेताना या पाटलाने फार त्रास दिला. मग त्याने तिचे आणि माझे संबंध आहेत, अशा अॅनॉनिमस तक्रारी केल्या.''

रावांना क्षणभर विषय कसा चालू ठेवावा, ते कळले नाही. मग ते म्हणाले,

''येस्, आय फाऊंड हर अ व्हेरी काँपीटंट ऑफिसर. बट आय थॉट दॅट शी वॉज अनमॅरीड आणि आता मी एक अर्ज बघितला, की ती तिच्या नवऱ्याकडे जात आहे म्हणून.''

''साहेब, ती एक ट्रॅजेडीच आहे. तिचे लग्न झाले आणि लगेचच ती परत आली. डावरी केस झाली. हर हजबंड इज अॅन अल्कोहोलिक. आता काहीतरी सेटलमेंट करताहेत असे कळते. तिने डिवोर्स अॅप्लिकेशन केलेलाच आहे.''

''एनी वे भट, तुम्ही फार छान काम केले आहे. तुम्ही आता हे सगळे प्रोसेस करा. आठवड्याभरात मला हे मटेरियल हेडक्कॉर्टर्सला पाठवायला पाहिजे.''

''येस् सर. ते होऊन जाईल.''

जाता जाता भट जरा थबकले. म्हणाले, ''साहेब, एक नोट मी आपल्या टेबलावर ठेवलेली आहे. आपला शिपाई अफजल, त्याच्याविरुद्ध कंप्लेंट होत्या. पण आता स्वत: कंप्लेनंटने माझ्यासमोर स्टेटमेंट दिले आहे. की त्याला इतर शिपायांनी धमकी देऊन ही तक्रार लिहायला लावली म्हणून. वी कॅन ॲक्सेप्ट दॅट अँड रेकमेंड ड्रॉपिंग ऑफ प्रोसिडिंग्ज.

''साहेब, तो माणूस फार कामाचा आहे. अँड ही इज व्हेरी लॉयल. तुम्हाला त्याचा चांगला अनुभव आलाच असेल.''

रावांच्या चेहऱ्यावरचे बदललेले भाव बघायचे टाळून भट बाहेर गेले.

●●●

लंचनंतर फाइल्स घेऊन पाटील आले. फाइल्स हातावेगळ्या झाल्यावरही उभेच राहिले.

''साहेब, जरा बोलायचे होते.''

''मग बोला ना. तुमचे तोंड कुणी बंद केले आहे का? का तुमच्या पेनची शाई संपली?''

''साहेब, तुमचा माझ्याबद्दल काहीतरी गैरसमज झालेला आहे. या ऑफिसमध्ये फार चावट लोक भरलेले आहेत. मी आपल्याला सांगायचा प्रयत्न केला पण आपण ऐकले नाही. माझ्याबद्दल कुणीतरी काहीतरी आपल्या मनात भरून देत आहे. पण साहेब जे जसे दिसते ते तसे नसते.''

''हो. ही तुमची स्लोगन मी ऐकलेली आहे, यू कॅन गो नाऊ.''

पुढचे तीन महिने अगदी गडबडीत गेले. रावांना त्यांच्या रेंजेसची आणि सर्कल्सची इन्स्पेक्शन्स उरकायची होती. चार-पाच ड्राफ्ट ऑडिट पॅराची उत्तरे जायची होती. डी.जी.आय.ची इन्स्पेक्शन टीम आलेली होती. लगेचच प्रीबजेट सर्व्हेज पाठवायचे होते.

एकदा हेडक्कॉर्टर्समध्ये मीटिंग होती. तेव्हा राव घरी राहिले होते. सुखदाची प्रकृती बरी नव्हती. तिच्या हातापायांना मुंग्या यायच्या. चालताना पावलांतला जोर कमी झाल्यासारखा वाटायचा. राव तिला सीजीएचएस् च्या स्पेशालिस्टकडे घेऊन गेले.

''मी मानेचे एक्सरे काढलेले आहेत. डीजनरेटिव्ह चेंजेस आर सीन.

स्पाँडीलायटिसमुळे हातापायाला मुंग्या येतात. हर हिमग्लोबीन इज लो. साधारण बायकांना चौदा ते सोळा एमजी असायला पाहिजे. त्यांचे हिमोग्लोबिन नऊच्या खाली आहे. मेनोपॉजच्या वेळी असे होते. सिस्टॉलिक ब्लडप्रेशर हाय आहे. देअर इज शुगर इन द ब्लड. त्यांना विश्रांतीची आवश्यकता आहे. आय ॲम प्रिस्क्रायबिंग अ कोर्स ऑफ मेडिकेशन. शी शुड ईट वेल अँड रेस्ट. शी विल फील बेटर सून.''

क्लिनिकमधून परत आल्यावर रावांनी सुखदाला नीट पाहिले. चालताना तिचा डावा पाय ओढत होता. दोनही हातांना थरथर जाणवत होती.

कमिशनरसाहेबांना भेटून रावांनी एक महिना ई.एल.घेतली.

रावांची मावशी अथणीला राहायची. बालविधवा होती. आजोळच्या एकत्र कुटुंबामध्ये सामावून गेली होती. पण आता तिथे राहणारे कमी झाले होते. मावशीला आपण कुणावर भार टाकून आहोत, ही जाणीव होती. रावांनी फोन केल्यावर ती नागपूरला यायला राजी झाली.

आठ दिवस राव रात्रंदिवस सुखदाजवळ बसून राहिले. तिला वेळच्या वेळी औषधे दिली. हाताने अन्न भरवलं.

''तुला इतके दिवस त्रास होतो आहे, मला कळवले पण नाहीस.''

''अहो, हे सगळं किरकोळ आहे. बघताबघता बरी होईन मी. आणि तुम्ही मावशींना कशाला त्रास दिलात? मी एकटी राहिली असते ना.''

''वेड्यासारखं बोलू नकोस. मुलं घरी असती तर मला काहीही वाटलं नसतं. पण दोघेही बाहेर. तुला काही झालं तर? नाही. मावशी इथे येईलच.

मावशी आल्यावर घराची घडी व्यवस्थित बसली. सुखदाचे वडील टाटानगरमध्ये राहायचे. निवृत्तीनंतर राहण्यासाठी सात खोल्यांचे घर त्यांनी लक्ष्मीनगरमध्ये बांधले. पण एका अपघातात ते आणि सुखदाची आई वारले. सुखदाचा भाऊ ऑस्ट्रेलियात स्थायिक झालेला होता. आईवडिलांच्या निधनानंतर त्याने सगळ्या स्थावर आणि जंगम मिळकतीवरचा हक्क सोडून तो आपल्या बहिणीला मिळावा असे शपथपत्र तिकडून पाठवले होते. सगळे कागद महाजन वकिलांकडेच पडलेले होते. त्याच्याच सांगण्यावरून बँकेतले अकाऊंट्स सुखदाच्या नावावर ट्रान्स्फर झाले होते. शेअर्स आणि बाँड्स अजून ट्रान्सफर व्हायचे होते.

●●●

राव घरी राहिल्यामुळे सुखदाला खूप बरे वाटायला लागले. संध्याकाळी अंगणात बसून ती चहा प्यायला लागली. मावशी तिची सगळी काळजी घ्यायच्या.

एका रात्री ती रावांना म्हणाली, ''तुम्ही एवढे इथे आलात; पण उपाशीच

राहिलात.''

''उपाशी? अगं मावशीच्या हातचं एवढं दणकून जेवतो आहे ना?''

''इश्श्य! ते म्हणत नाही मी. माझ्याबद्दल आपल्याबद्दल म्हणते आहे मी. तुम्ही इथे होतात तेव्हा सारखी भूक असायची ना तुम्हाला? लांब राहिल्यामुळे आणखीच भुकाळला असाल ना तुम्ही?''

''अगं वेडाबाई, तुझ्या अशा परिस्थितीत शक्य आहे का ते?''

''मला काय झालंय? मला काहीतरी भयंकर झालंय, असं बोलताहात तुम्ही. अहो, स्पाँडीलायटिस तर आहे. जरा जोर कमी लावा म्हणते मी.''

पण प्रणय रंगला नाही. सुखदा नेहमीप्रमाणे रिस्पाँस देत नव्हती. तिच्यात सैलपणा जाणवत होता.

''मला तर मजा आली. पण तुला त्रास नाही ना झाला? नेहमीसारखं वाटलं नाही?''

''मला किनई दोन्ही पायांना एकदम मुंग्या आल्या होत्या आणि जिथे तुम्ही ते करत होतात तिथे पण तुम्ही असल्याचं कळलंच नाही मला!''.

दुसऱ्या दिवशी स्पेशालिस्टनी तपासले. सगळ्या चाचण्या केल्या. सुखदाच्या तळव्यांना, मांड्यांना सेन्सेशन फार कमी झाले होते. चालताना ती अडखळत होती. तिच्या पुन्हा ब्लड टेस्ट्स केल्या. सुखदाचे हिमोग्लोबीन आणखीच कमी झाले होते.

''धिस ईज ॲबनॉर्मल. इतक्या झपाट्याने ॲनिमिया वाढायला नको. वी शाल हॅव टु डू फर्दर इन्व्हेस्टिगेशन्स. आपण आताच स्पायनल एक्सरे करून घेऊ. दि ॲक्सलरेटेड लॉस ऑफ सेन्सेशन इन दि एक्स्ट्रीमिटीज्, इज नॉट गुड.''

एक्सरेमध्ये काहीच दिसले नाही. पण एमआरआय मध्ये दहाव्या मणक्यावर गाठ दिसली.

''इतके घाबरून जाऊ नका. सर्जरीने गाठ काढून टाकता येते. ऐंशी टक्के केसेसमध्ये देअर इज फुल रिकव्हरी. आपल्याला आणखी तपासणी करायला हवी.''

बायोप्सीचे सॅंपल्स टाटा कॅन्सर रिसर्च इन्स्टिट्यूटमधून आले. ते पॉझिटिव्ह होते.

''तुम्ही मिसेसना आता काहीच सांगू नका. आय डोंट वाँट हर टु गो इन्टु शॉक. आपल्याला थेरेपी थोडी डिस्कस करायला हवी. विथ सच सीव्हिअर ॲनिमिया सर्जरी इज आउट ऑफ क्वेश्चन. तुम्ही दोन-तीन दिवसांनी या. मी ऑंकॉलॉजिस्टना रिपोर्ट्स दाखवतो. मग आपण ठरवू.''

वाईट बातम्या लवकर पसरतात. सुखदाच्या मैत्रिणी, रावांचे सहकारी, सगळेजण

भेटायला येऊन गेले. जोशीसाहेब स्वत: आले होते.

●●●

मग एका दुपारी बेल वाजली. बाहेर समीर मित्रा उभा होता.

समीर मित्रा एस.पी.सी.बी.आय. होता. दर सहा महिन्यांनी एक्साइज आणि सी.बी.आय.ची भेट होत असे. राव मित्राला ओळखत होते. तो आपल्याला भेटायला आला, याचे त्यांना जरा आश्चर्य वाटले.

''प्लीज कम इन. हॅव अ सीट.''

''मिस्टर राव, आय नो युवर फॅमिली प्रॉब्लेम्स. आय नो यू फॉर दि लास्ट फ्यू इयर्स अ‍ॅज अ‍ॅन ऑनेस्ट ऑफिसर. पण आज मी एका मिशनवर आलो आहे. आय हॅव्ह टु कंडक्ट अ सर्च ऑफ युवर हाउस.''

नसरापूरहून सीबीआय हेडकार्टर्सला तक्रारी गेल्या होत्या. लक्ष्मीनगरच्या घराचे फोटो त्या तक्रारीबरोबर जोडलेले होते. सुखदाचे बँक अकाउंट नंबर्स दिलेले होते. मोठ्या रकमा अचानक जमा झालेल्या होत्या. हेडक्वॉर्टर्समध्ये आर.सी. नोंदली गेली होती. सर्च वॉरंट इश्यू झालेले होते.

मित्रा आणि त्यांचे तीन सहकारी यांनी अर्ध्या तासात सर्च संपवली. घरात आक्षेपार्ह काहीच सापडले नव्हते. मित्रा महाजन वकिलांशी बोलले. प्रॉपर्टी आणि बँक अकाउंट्सचे खुलासे त्याने ऐकले. पंचनामा संपेपर्यंत रात्र पडलेली होती.

''वन्स अगेन, मिस्टर राव आय अ‍ॅम सॉरी. ऑल युवर अफेअर्स आर इन ऑर्डर. वी सर्च्ड युवर ऑफिस अँड रेसिडेन्स इन नसरापूर. एव्हरीथिंग इज इन ऑर्डर. तुमची पासबुके आम्ही पाहिली आहेत. तुमचा बँक लॉकर फक्त पाहायला हवा. उद्या ते आपण करू.''

बँक लॉकर्समध्ये सुखदाचे दागिने आणि शाळा-कॉलेजची सर्टिफिकेट्स फक्त होती. महाजन वकिलांनी कागदपत्रांच्या झेरॉक्स कॉपीज् दिल्या.

सीबीआयच्या ऑफीसमध्ये रावांचे एक जुजबी स्टेटमेंट घेतले गेले. मित्रांनी लगोलगच 'निल' रिपोर्ट बनवून हेडक्वार्टर्सना पाठवला.

''मिस्टर राव, आय कॅनॉट टेल यू हाउ अशेम्ड आय अ‍ॅम. बट यू नो दॅट. गव्हर्नमेंट सर्वंट्स आर हेल्पलेस इन सच सिच्युएशन्स. लेट मी ऑफर यू अ कप ऑफ टी.''

सुन्न मनाने राव घरी गेले. सुपरिंटेंडेंट भट त्यांची वाट पाहत होते. रावांच्या नसरापूरच्या घराच्या आणि ऑफीसच्या किल्ल्या त्यांनी परत आणल्या होत्या. 'निल' पंचनाम्याच्या प्रती पण आणल्या होत्या.

‘‘सर, एक इंटिमेशन आपण कमिशनरच्या ऑफिसला द्यायला पाहिजे, की देअर वॉज ए सीबीआय सर्च अँड नथिंग वॉज सीझ्ड फ्रॉम युवर प्रिमायसेस. यामुळे पुढचा पत्रव्यवहार बराच वाचेल. मी ड्राफ्ट टाइप करून आणला आहे. आणि कमिशनरसाहेबांनी तुम्हाला भेटायला बोलावले आहे.’’

जोशीसाहेबांनी आर.ए.सी.ची मीटिंग थांबवून रावांना चेंबरमध्ये बोलावले.

‘‘ऑल इज वेल दॅट एंड्स वेल. मला थोडीशी कल्पना होती. नॉर्मली कंप्लेंट आल्यावर सीबीआयला दोन-तीन महिने लागतात अॅक्शन घ्यायला. पण तुमच्या केसमध्ये दिल्लीहून ऑर्डर्स आल्या होत्या. नसरापूरच्या एम.पी.नी. एफ.एम.ला पत्र लिहिले होते. यु नो एफ.एम., त्यांनी सरळ सीबीआयला इमिजिएट अॅक्शन घ्यायला सांगितले.

‘‘अँड यू नो हू द कंप्लेनंट ईज? दॅट रास्कल. युअर डी.ओ.एस्. त्याची दोन मेजर पेनल्टी चार्जशीट इश्यू होताहेत हे कळल्यावर त्याने तुम्हाला धडा शिकवायचा पणच केला होता. तुम्ही त्या डिव्हिजनमध्ये अमाप पैसा कमावून लक्ष्मीनगरमध्ये बंगला बांधला आणि बायकोच्या बँक अकाउंटमध्ये मोठीमोठी डिपॉझिट्स केली अशी अलेगेशन्स त्याच्या तक्रारीमध्ये होती. पण सगळे ठीक झाले.

‘‘गुणशेखरन म्हणून एक तरुण आयआरएस ऑफिसर आला आहे. त्याला मी पाटलांच्या दोन्ही केसेसमध्ये ए.ओ. म्हणून नेमतो आहे.

‘‘आणि तुमची बदली मी हेडक्वॉर्टर्समध्ये करतो आहे. नसरापूरची पोस्ट डायव्हर्ट करून. तिथला अॅडिशनल चार्ज कुणाला तरी देऊ. यू आर ड्यू फॉर प्रमोशन नाऊ. सध्यातरी मी तुम्हाला स्टॅटिस्टिक्स आणि वेल्फेअरचा चार्ज देतो आहे. सो यू विल हॅव्ह प्लेंटी ऑफ टाइम टु लुक आफ्टर युअर वाइफ.’’

हेडक्वार्टर्समध्ये नवीन चार्ज रिझ्यूम करून आणि जुना चार्ज सोडून राव घरी परतले. सुखदा त्यांची वाटच पाहत होती. रडूनरडून तिचे डोळे सुजले होते.

मध्यमवर्गीय माणसांची मोरालिटी एवढ्याशा धक्क्याने जखमी होते. रावांच्या घरी सीबीआयची रेड पडली ही बातमी षट्कर्णी व्हायला वेळ लागला नव्हता आणि मग कुचकट कुचाळक्या पुष्कळ दिवस चालत राहिल्या असत्या. आणि शेवट काहीही होवो; जो डाग लागतो, तो धुतला जात नाही.

सुखदाला मिठीत घेऊन राव पुष्कळ वेळ बसून होते. मग मावशी चहा घेऊन आल्या. बरोबर बिस्किटे होती. सुखदाने बिस्किटे घ्यायला हात पुढे केला पण तिला बिस्किट हातात धरताच येईना. चहाचा कप उचलता येईना. सुखदाला झोपवून राव डॉक्टरकडे गेले.

'धिस वुड बी ड्यु टु ट्रॉमा. मी नर्सला तुमच्या घरी पाठवतो. शी शाल गिव्ह हर ग्लुकोज सलाईन, देन वी कॅन सीडेट हर.''

सीबीआय सर्चची बातमी सी.जी.एच्.एस.च्या डॉक्टरांपर्यंत पोहोचली होती.

राव ऑफिसमध्ये गेले. जोशीसाहेबांनी सगळ्या सीनियर स्टाफची मीटिंग घेतली आणि रावांच्या घरी झालेल्या सीबीआय रेडची सगळ्यांना माहिती दिली. सीबीआयला रावांविरुद्ध काहीही पुरावा मिळालेला नव्हता; हे त्यांनी आवर्जून सांगितले आणि चुगलखोर बदमाषांना वठणीवर आणायचे आवाहन केले.

●●●

घरी येताना राव खूष होते. दारात मावशी उभ्या होत्या. त्यांचा चेहरा पाहून राव घाबरले. सुखदाची तब्येत अजून खालावली होती.

डॉक्टर गुप्ता संध्याकाळी घरी आले. त्यांनी सुखदाला तपासले.

''सीव्हिअर ॲनेमियामुळे अशक्तपणा फार आलेला आहे. शी नीड्स टु रेस्ट. त्यांना बिछान्यातून उठू द्यायचे नाही. त्यांना मी डायेट लिहून देतो आहेच. त्यांना इंट्राव्हेनस् औषधे आणि व्हायटामिन सप्लिमेंट्स देऊ. मला वाटते, की महिनाभरात त्यांना पुष्कळ फरक जाणवेल. वन्स हर हिमग्लोबीन गोज अप, वी कॅन थिंक ऑफ सर्जरी.''

एमआरआय रिपोर्ट्स बघून सर्जन म्हणाले, ''द ट्यूमर इज सेफली ऑपरेबल. त्या ट्यूमरमुळे पार्शल पॅरॉलिसिससारखे सिंप्टम्स येतात. एकदा तो ट्यूमर काढला, की विदिन अ फ्यू वीक्स शी विल बी अप अँड अबाउट.''

मातृसेवासंघातून रावांना एक चांगली बाई मिळाली. ती सकाळी नऊ वाजता यायची आणि संध्याकाळी सहा वाजता जायची. अगदी प्रेमाने सगळे करायची. मावशींना तिचा आधार झाला. त्या दोघींचेही चांगले सख्य झाले. त्यामुळे राव ऑफिसला जायला मोकळे झाले. त्यांची डीपीसी झाली, त्यांना डेप्युटी कमिशनरची रँक मिळाली. पी. अँड व्ही. चा चार्ज मिळाला.

सुखदाची प्रकृती खालावत होती. तिच्या हातातली शक्ती कमी होत होती. तिला चालता येत नव्हते. तिचे पाय निकामी झालेले होते.

राव आणि सुखदा दोघेही मोठ्या पलंगावर निजत. सुखदाला झोप येत नसे. तिला झोपेची गोळी द्यायला लागे. गोळी घेतल्यावर तिला बोलावेसे वाटायचे. राव आणि ती गप्पा मारायचे आणि एकदम ती झोपून जायची. पुष्कळदा राव तिला मिठीत घ्यायचे. लग्नानंतर पंचवीस वर्षे एक पॅटर्न ठरलेला होता. राव तिला कुशीत घ्यायचे, कुरवाळायचे. तिच्या स्तनांवर हळुवार हात फिरवायचे. तिच्या मांड्यांना स्पर्श करायचे.

अगदी अलगद सुखदाचे मुके घ्यायचे. लवकरच त्यांच्यातला पुरुष जागा होई आणि मग प्रणय रंगे. पुष्कळदा अशा उत्कट प्रणयांनंतरही त्यांच्यातला पुरुष जागाच राहायचा. तिथे हात लावून सुखदा म्हणायची, 'काय हे, किती हो तुम्ही अधाशी?'

पण सुखदाच्या आजारपणापासून सगळेच बदलले होते. राव तिला कुशीत घेत, तिची हलकी चुंबने घेत. तिला कुरवाळत; पण त्यांना कामेच्छा होत नव्हती. त्यांच्यातला पुरुष जागा होत नव्हता. सुखदाला हे खूप जाणवे. तिला रडायला यायचे.

''माझ्यामुळे तुमची अशी अवस्था झाली! तुम्ही ते करा ना! माझी काही हरकत नाही. मला जरी मजा नाही आली तरी तुम्ही उपाशी नका राहू.''

''वेडी आहेस तू! अगं, आता तुझी पन्नाशी उलटली. मला आता पंचावन्नावे चालू आहे. रिटायरमेंटला आलो आहे मी. हे आपले वानप्रस्थाश्रमाचे दिवस आहेत. असे होणारच आता. हे सगळे नैसर्गिक आहे. ह्यात तुझा काहीच दोष नाही.''

हुंदके देत देत सुखदा झोपून जाई.

आपल्यामध्ये झालेल्या बदलाचे रावांना पण आश्चर्य वाटले.

इतर पुरुषांचे असायचे तसेच रावांचे कामजीवन होते. शाळेत आणि कॉलेजमध्ये इतरांसारखेच ते स्वत:च स्वत:चे समाधान करून घेत. कॉलेजमध्ये असताना एकदा मित्रांच्या भरीला बळी पडून ते वेश्येकडे गेले होते. पण त्या सगळ्याच प्रकरणाची त्यांना इतकी किळस आली, की पुन्हा ते त्या वाटेला गेले नाहीत. सुखदाला पण मैथुनाची आवड होती. राव जरी कधी वेगळे राहिले असले, तरी ते थोड्या काळापुरतेच. आठवड्यातून एकदा ते घरी यायचे. त्यामुळे त्यांचा शृंगार पंचवीस वर्षे अबाधित राहिला होता.

मेनॉपॉझ आला, की स्त्रियांची कामेच्छा कमी होते. पण मेल मेनोपॉझच्या वेळी पुरुषांची कामेच्छा एकदम बळावते, असे रावांनी कुठेतरी वाचले होते. त्यांचा स्वत:चा अनुभव अगदी तोच होता. म्हणूनच अगदी अलीकडे त्यांचा रेणूशी संबंध आला होता आणि अफजलची बीबी त्यांनी वापरली होती.

पण या तिघींच्यात केवढा फरक होता. सुखदाशी त्यांचे रेशीमबंध होते. शरीरापेक्षा मनाचा मिलाफ त्यांच्या प्रणयात होता. रेणू म्हणजे जंगलात अचानक लागणारा वणवा होता. आणि अफजलची बीबी? ती तर एक यंत्र होती.

सेक्स ही फार मजेदार गोष्ट असते. रक्तात साखरेची पातळी कमी झाली, की भुकेची संवेदना होते. पाण्याची पातळी कमी झाली, की तहान लागते. या सगळ्या क्रिया आवश्यकतेनुसार चालतात. त्यांचे ट्रिगर शारीरिक असतात. पण सेक्सचे तसे नसते. अगदी मैथुनानंतर लगेच कामेच्छा होऊ शकते. नुसत्या विचाराने उद्दीपन होऊ

शकते.

एकटे असले की राव पुष्कळदा मनात कल्पना करीत. कथानक घडवीत. सुंदर मुलींबरोबर प्रणय करीत. अशा वेळी त्यांचे उद्दीपन होत असे. पण सुखदाच्या आजारपणापासून सगळेच बदलले होते. असे विचार प्रयत्न करून मनात आणले, तरी ते टिकत नसत. रावांच्यातला पुरुष झोपलेलाच राही.

आणखी एक बदल जाणवायला लागला होता. रावांचा रागीटपणा वाढत चालला होता. पूर्वीचे राव शांत, संयमी होते. अलीकडे त्यांची चिडचिड वाढलेली होती. त्यांना लवकर संताप येई. ऑफिसमध्ये सगळ्यांना हे जाणवत होते; पण त्याच्यामागचे कारणही त्यांना कळत होते.

●●●

सरकारी नोकरीत अनेकांशी संबंध येतात. स्टाफ, बॉसेस, असेसीज्, सी.ए., वकील, पोलिस. अनेक प्रसंग घडतात. अनेक आठवणी राहतात. पुष्कळशा निघून जातात. पण काही मनात घर करून राहतात. आणि त्यांतल्या काही मोडलेल्या काट्यावर झालेल्या कुरुपासारख्या असतात, मधूनमधून ठणकतात. रेणूवर घ्यायच्या ॲक्शनची फाईल बघून रावांच्या मनात कुठेतरी ठसठसले.

नवऱ्याला भेटायला चार आठवड्यांची सुटी घेऊन गेलेली कुमारी रेणू सावलानी इतक्या वर्षांनंतर पण कामावर रुजू झालेली नव्हती. तिच्याकडून रजा वाढवायचा अर्ज पण आलेला नव्हता. रेकॉर्डवर असलेल्या तिच्या पत्त्यावर पाठवलेल्या नोटिसा परत आलेल्या होत्या. तिची सर्व्हिस टर्मिनेट करायचे प्रपोजल फाईलवर होते.

रावांच्या नाकात तिचा वास अजून होता. गुलाब आणि घाम. रावांच्या अंगाला तिच्या सर्वांगाचा स्पर्श अजून आठवत होता. तिची गोरीपान निर्वस्त्र मूर्ती त्यांच्या डोळ्यांत अजून बसलेली होती. तिच्या मऊ अंगाचा स्पर्श त्यांच्या हातांच्या तळव्यांना अजून जाणवत होता. आणि शेवटच्या उत्कट क्षणी रावांचे स्वत्व शोषून घेताना फुटणारी तिची हलकी किंचाळी अजून त्यांच्या कानात घुमत होती. एके वेळी ती जवळ असली, तिचा आवाज आला किंवा नुसती तिची आठवण आली, तरी राव उफाळून यायचे. पण आज रेणूला टर्मिनेशन नोटिस पाठवायच्या प्रपोजलवर सही करताना त्यांचे मन कोरडे होते, शरीर थंड होते.

रावांच्या सराईत डोळ्यांनी सगळ्या फाइल्स वाचल्या. त्यांच्या सराईत हातांनी नोट्स लिहिल्या. सगळ्या फाइल्स हातावेगळ्या झाल्या. फक्त एक गठ्ठा शिल्लक राहिला. लाल अलवणी रंगाच्या फोल्डरमध्ये बांधलेल्या त्या फाइल्स डिसिप्लिनरी केसेसच्या होत्या.

बाहेर येणाऱ्या फाइल्सवर कंदस्वामीची नजर होती. जेव्हा फक्त डिसिप्लिनरी केसेसच्या फाइल्स शिल्लक राहिल्या, तेव्हा शिपाई चहा घेऊन आला. रावांचा कप रिकामा होत होता. कंदस्वामी आत येऊन उभा राहिला.

''सर, मिस्टर गुणशेखरन इज हिअर, इन केस यू वाँट हिम.''

''सेंड हिम इन.''

गुणशेखरन हुशार होता. उंच, सडपातळ, जाड भिंगाचा चष्मा. रंग दाट काळा. उत्तम इंग्रजी लिहायचा. पाटीलना जे दोन मेजर पेनल्टी चार्जशीट्स इश्यू झाले होते, त्यांच्यात तो इन्क्वायरी ऑफिसर होता. प्रेझेंटिंग ऑफिसर, विटनेसेस, डिफेन्स ऑफिसर, सगळ्यांचे ऐकून त्याने दोन्ही इन्क्वायरी रिपोर्ट्स बनवले होते. डीओएस् चे डिसिप्लिनरी ऑफिसर कमिशनर असले, तरी सगळे रिपोर्ट्स डीसीपी अँड व्ही ने पाहवेत असे कन्व्हेंशन होते. आणि या केसेसमध्ये रावांनी ते पाहिलेच पाहिजेत, अशी जोशीसाहेबांची ऑर्डर होती.

''सर, यू मस्ट हॅव्ह सीन द फाइल्स. द चार्जेस डू नॉट सस्टेन इन आयदर केस.''

सरकारी नोकरांना कुठलाही व्यवसाय करता येत नाही. त्यांच्या बायकांना इन्शुरन्स एजन्सी वगैरे घ्यायची असेल, तर सरकारची परवानगी लागते. सरकारी नोकराचा मुलगा शिकलासवरलेला असला, कायद्याने सज्ञान असला, तरी त्याला नोकरी करायला सरकारची परवानगी लागते. पण जर त्या नोकराची एच.यू.एफ असेल किंवा तो जर एखाद्या धार्मिक किंवा सामाजिक ट्रस्टचा सदस्य असेल किंवा जर तो एखाद्या सहकारी संस्थेचा सदस्य असेल, तर त्या एच.यू.एफ.चे किंवा ट्रस्टचे किंवा सहकारी संस्थेचे आर्थिक व्यवहार तो करू शकतो.

पाटील आणि इतर तीन जणांनी एक को-ऑपरेटिव्ह काढली होती. प्रत्येकाने थोडेथोडे पैसे घातले होते आणि एक जुनी ट्रक विकत घेतली होती. पाटीलनी आपल्या जी.पी.एफ.मधून उचल करून त्यांचा हिस्सा भरला होता. पाच वर्षांमध्ये अजून दोन ट्रक्स विकत घेतल्या होत्या. त्यांना भाडे चांगले मिळाले होते.

चौकशी सुरू झाल्यावर त्या को-ऑपरेटिव्हने व्यवसाय बंद केला होता. सगळ्या ट्रक्स विकून टाकल्या होत्या. सगळे पैसे सदस्यांनी वाटून टाकले होते. रजिस्ट्रार ऑफ को-ऑपरेटिव्ह सोसायटीकडून डिझोल्यूशनसाठी एन.ओ.सी. घेतली होती.

''सर, एव्हरीथिंग इज ऑन रेकॉर्ड. ऑल कॉरस्पाँडन्स वॉज प्रोड्यूस्ड अॅट द हिअरिंग. द अदर मेंबर्स ऑफ द सोसायटी गेव्ह इव्हिडन्स. पाटील हॅज डिक्लेअर्ड

अन्युअल इन्कम अ‍ॅज ऑल्सो दि टर्मिनल बेनेफिट्स इन हिज इन्कमटॅक्स रिटर्नस्. नन ऑफ दि चार्जेस वुड सस्टेन, सर.

''दि अदर केस इज ऑफ डिसप्रपोर्शनेट अ‍ॅसेट्स. दॅट ऑल्सो डज नॉट स्टँड.''

डिसप्रपोर्शनेट अ‍ॅसेट्स केसेस किचकट असतात. आजपर्यंत सरकारी नोकराचे जाहीर उत्पन्न किती आहे आणि त्याची संपत्ती किती आहे, त्याचा मेळ घातला जातो. सीसीएस् (सीसीआर) च्या कलमाखाली प्रत्येक स्थावर संपत्तीच्या व्यवहाराला सरकारची पूर्वसंमती लागते. एका विशिष्ट रकमेपेक्षा जास्त रकमेची जंगम वस्तू घेतल्यावर सरकारला कळवावे लागते. मिळालेल्या सगळ्या भेटी आणि देणग्या जाहीर कराव्या लागतात. अशा केसेसेमध्ये नोकर भरडला जातो. दहा वर्षांपूर्वी घेतलेले घर, दागिने, आजच्या भावाने मोजले जातात. सीबीआय च्या केसमध्ये तर प्लॅस्टिकच्या बादल्या आणि मगसुद्धा फुगवलेल्या किंमतीवर मोजले जातात.

''दि हाउस इज इन दि जॉइंट नेम्स ऑफ पाटील्स वाईफ अँड हर ब्रदर. ऑल पेमेंट्स वेअर मेड बाय हिम. ऑल द फर्निचर अँड अदर थिंग्ज इन पाटील्स रेसिडेंट्स वेअर बॉट बाय दि ब्रदर. ऑल रिसिट्स आर इन हिज नेम.

''दि बँक अकाउंट इज जॉइंट. ऑल दि डिपॉझिट्स वेअर मेड बाय हर ब्रदर फ्रॉम टाइम टू टाइम.''

''डिड द ब्रदर गिव्ह इव्हिडन्स?''

''नो सर. ही इज इन दुबई. ही हॅज सेंट अ‍ॅन अ‍ॅफिडेव्हिट साइन्ड बिफोर द इंडियन एंबसी ऑफिसर कन्फर्मिंग ऑल दीज फॅक्ट्स.

''पाटील प्रोड्यूस्ड लेटर्स फ्रॉम दि ब्रदर कन्फर्मिंग दि डिपॉझिट्स. दे बेअर अे पोस्ट बॉक्स अ‍ॅड्रेस. दॅट इज सस्पिशस.

''अ‍ॅज यू नो सर, ऑल एंप्लॉयीज ऑफ अ कंपनी इन दुबई मेंटेन ए पोस्ट बॉक्स. इट इज इंपॉसिबल टु लोकेट अेनीबडी फ्रॉम दि नंबर.''

''व्हॉट अबाउट द एंबसी इन दुबाई?''

''सर, वी विल हॅव टु अप्रोच दि मिनिस्ट्री. दे विल राइट टु द एक्स्टर्नल अफेअर्स मिनिस्ट्री. देन द क्वेरी विल गो टु दुबई. आय डाऊट व्हेदर एनीवन विल बॉदर.''

ते खरेच होते. एका हातातून सुटणाऱ्या व्हिजिलन्स केससाठी एवढी तकलीफ कुणीच घेणार नव्हते.

''सो गुणशेखरन्, धिस फेलो हॅज कम ऑन टॉप अगेन.''

''इट वुड अपीअर टु बी सो, सर. धिस फेलो इज अे रास्कल बट ही इज व्हेरी इंटेलिजेंट. ही हॅज प्लॅण्ड एव्हरी स्टेप व्हेरी केअरफुली. आय पर्सनली डाउट व्हेदर अेनी ब्रदर इन लॉ एक्झिस्ट्स. बट वी हॅव नो मीन्स ऑफ डिसप्रूव्हिंग हिज क्लेम्स.''

''सो, दि रास्कल गोज फ्री. इज इट?''

गुणशेखरन थोडा थबकला, घोटाळला, म्हणाला ''सर, देअर इज स्कोप फॉर इश्यू ऑफ मायनर पेनल्टी चार्जशीटस्, इव्हन इफ दि मेन चार्जशीट्स डू नॉट सस्टेन. इट इज पॉसिबल दॅट ही विल बी एबल टु एस्केप इव्हन मायनर पेनल्टी. बट दि प्रोसीडिंग्ज विल गो ऑन फॉर सम टाइम. टिल देन ही विल बी अंडर सील्ड कव्हर. वी कॅन डिले हिज प्रमोशन फॉर अॅटलीस्ट वन इयर.''

''लेट मी सी. यू कॅन गो, गुणशेखरन्. यू हॅव डन अ नाइस जॉब.''

●●●

दुपारी कमिशनरसाहेबांनी याच केससाठी बोलावून घेतले. रावसाहेबांनी त्यांना परिस्थितीची कल्पना दिली.

''मला वाटते आहे राव, की आपण हे आवरते घ्यावे. त्या माणसाने अतिशय धूर्तपणाने आपल्यावर काही बालंट येणार नाही, याची काळजी घेतलेली आहे. मागच्या डीपीसीमध्ये त्याला आपण कन्सिडर केले नाही. पण आता जी डीपीसी आहे, तिथे त्याचे सिलेक्शन अटळ आहे. व्हिजिलन्स एन्कायरी चालू आहे म्हणून आपण त्याला सील्ड कव्हरमध्ये ठेवू शकतो, पण ते जरा डेंजरस आहे. तो आपल्यावर आरोप करू शकतो. यू नो दॅट ही इज व्हेरी वेल कनेक्टेड. एस्टिमेट्स कमिटीच्या चेअरमनने बोर्डाच्या चेअरमनला पाटीलच्या इन्क्वायरीविषयी विचारले. तो आहे ओरिसाचा एम.पी. याने त्याला कुठे गाठले, ते कळत नाही. पण आता प्रेशर वाढायला लागले आहे. जरा लवकर आवरता घेता आले तर पाहा आणि एक लक्षात ठेवा, वी कॅनॉट विन ऑल अवर बॅटल्स.''

राव चेंबरमध्ये परत आले. तेव्हा सात वाजायला आले होते. अजून पुष्कळ फाइल्स शिल्लक होत्या. घरी फोन करून ते मावशींशी बोलले. सुखदा झोपलेली होती. पी.ए. ला घरी जायला सांगून राव फाइल्स वाचायला लागले. नऊ वाजेपर्यंत काम आटोक्यात आले. रावांनी हात वर करून आळस दिला. ते उठले आणि शिपायाला बॅग न्यायला बोलावले.

शिपाई आत आला. म्हणाला, 'साहेब, एक मॅडम आपल्याला भेटायला पाच वाजल्यापासून बसलेल्या आहेत.''

''कोण मॅडम?''

‘‘माहीत नाही साहेब. पण स्टाफमधल्याच आहेत.’’

‘‘बोलाव त्यांना.’’

दरवाजा उघडला. गुलाबाचा हलका वास दरवळला. रेणू आत आली.

रावांनी लाल दिव्याचे बटण दाबले.

रेणू लठ्ठ झाली होती. तिच्या डोळ्यांभोवती काळी वर्तुळे जमली होती. तिच्यात नेहमी जाणवणारा उत्साह, जोश, जोष मावळलेला होता.

भूतकाळाचा चित्रपट वेगाने रावांच्या डोळ्यांसमोरून गेला. तिने रावांना सुख दिले होते; पण त्यांची प्रतारणाही केली होती. त्यांचे तिच्याशी असलेले संबंध हा विषय सगळीकडे चघळला गेला होता. या संबंधावर तक्रारी बोर्डापर्यंत गेल्या होत्या. जोशीसाहेबांच्या चांगुलपणामुळे ते सुटले होते.

आपण कुमारिका आहोत असे भासवणाऱ्या तिला चक्क नवरा होता. अॅडमिनिस्ट्रेटिव्ह सेक्शनमध्ये काम करीत असून तिला टेक्निकल शाखेतले बारकावे माहीत होते. असेसीजूकडून पैसे गोळा करायची तिच्यात धमक होती. पाटीलला ती शिव्या देत होती; पण भटांच्या माहितीप्रमाणे ती स्वत: त्याच्या गँगमध्ये होती. म्हणूनच तिच्या टर्मिनेशनच्या प्रपोझलवर सही करताना त्यांचा हात अडखळला नव्हता.

रेणू बोलायला लागली. अगदी अल्लडपणी रेणू एका माणसाच्या प्रेमात पडली होती. पळून जाऊन तिने त्याच्याशी लग्न केले होते. पण तो बदमाश होता. अशा पुष्कळशा मुली त्याने फसवल्या होत्या आणि विकल्या होत्या. रेणूला वेळेवरच कल्पना आली. ती पळून परत आली. तिने आपल्या नवऱ्याविरुद्ध पोलीस केस नोंदवली आणि घटस्फोटाचा अर्ज दिला होता. म्हणून जेव्हा ती नोकरीला लागली तेव्हा तिने आपण विवाहित आहोत, ही माहिती लपवून ठेवली होती.

तिचा गुंड नवरा पकडला गेला; पण तुरुंगातून पळाला. मस्कतला जाऊन राहिला. तिथे टोळीयुद्धामध्ये जबर जखमी झाला. त्याच्या साथीदारांनी रेणूला बोलावले. तिची जायची व्यवस्था केली. कसाही असला तरी तो तिचा नवरा होता, म्हणून रेणू तिकडे गेली. त्याची सेवा करीत राहिली; पण शेवटी तो मेला आणि ती परत आली.

‘‘मगर तुम्हारे ऊपर चार्ज है अॅबसेन्स विदाऊट लीव्ह. इट इज कन्सिडर्ड ब्रेक इन सर्व्हिस. आय हॅव जस्ट नाऊ साइन्ड दि रेकमेंडेशन ऑफ युवर डिसमिसल.’’

‘‘यकीन कीजिये सर मैने हर बारी लीव्हकी एक्स्टेंशन भेजी है। ये देखिये, मेरे पास ओसीजू है। मैने इंटरनॅशनल कुरियरसे ये अप्लिकेशन्स भेजे थे। मेरे पास सबकी रसीद है। आय नो दि प्रोसीजर्स.।’’

"फिर यह कैसे हुआ? व्हॉट हॅपन्ड टु दि अप्लिकेशन्स?"

"सर, आय थिंक इट इज दि डूइंग ऑफ दॅट रास्कल पाटील. ही मस्ट हॅव्ह डिस्ट्रॉईड माय ॲप्लिकेशन्स. सर, आपको पता है मेरे और आपके बारेमे उसने ॲनॉनिमस कंप्लेंट भेजी थी। मेरी वजह से आपको तकलीफ हुअी। मगर वो दिन मुझे अभीभी बहुत याद आते हैं। उनके सहारे तो मैं जीती रही।"

बोलता बोलता रेणू जवळ आली. तिच्या डोळ्यांत अश्रू होते. रावांसमोर ती गुडघे टेकून बसली. तिने रावांच्या गुडघ्यांना कव घातली. आपले तोंड तिने रावांच्या पुढे टेकवले. तिचा उष्ण श्वास त्यांच्या लिंगाला वेढून राहिला.

नसरापूरला ती असे करायची, तेव्हा राव फुलबाजीसारखे पेटून निघायचे. पण आज त्यांना काहीच वाटले नाही. त्यांचे मन शांत राहिले. त्यांचे शरीर थंड राहिले. पुढे वाकून तिच्या खांद्याला धरून त्यांनी तिला उभे केले.

"यू कॅन लीव्ह दि डॉक्युमेंट्स विथ माय पीए टुमारो. गिव्ह अ शॉर्ट लेटर एक्सप्लेनिंग व्हॉट यू हॅव्ह टोल्ड मी. लेट मी सी व्हॉट आय कॅन डू."

रेणूला खोलीतच सोडून राव बाहेर पडले.

●●●

राव घरी पोचले तेव्हा सुखदा जागी झाली होती. रावांनी तिला भरवले, तिला कुशीत घेतले. कुरवाळले. त्यांना रेणूची आठवणही झाली नाही.

दुसऱ्या दिवशी डॉक्टर गुप्तांचा फोन आला.

"गुड न्यूज. सर्जननी सगळे रिपोर्ट्स पाहिले. मिसेस राव हॅज इंप्रूव्हड अ लॉट. हर हिमोग्लोबीन इज सफिशिएंट. दि ट्यूमर इज वेल लोकेटेड. दि सर्जरी वुड नॉट बी डिफिकल्ट. वन्स दि ट्यूमर इज रिमूव्हड, शी विल बी नॉर्मल."

पाच दिवसांनंतर सर्जरी करायचे ठरले. सुखदाला हॉस्पिटलमध्ये प्रीऑप पेशंट म्हणून दोन दिवस आधीपासून ठेवायला लागणार होते. फीमेल वॉर्डमध्ये असल्याने रावांना तिच्याबरोबर राहाता येणार नव्हते. पण मावशी असल्याने चिंता नव्हती.

रेणू सावलानी आपले उत्तर घेऊन आली. तिने एक सविस्तर तक्रारही लिहून आणली होती. इन्वर्ड रजिस्टरमध्ये तिच्या सर्व पत्रांची नोंद होती. सेक्शनच्या रजिस्टरप्रमाणे रजा वाढवायचे तिचे सगळे अर्ज डीओएसकडे पाठवलेले होते. रेणूने इनवर्ड रजिस्टर आणि सेक्शन रजिस्टरचे झेरॉक्स काढून आणले होते.

सगळे कागद पुढे वाकून टेबलावर ठेवताना रेणूचा पदर ढळला. खोल गळ्याच्या चोळीतून तिची उभार छाती नजर खेचून घेत होती. पण राव अचल राहिले.

"सर, मैंने सुना है कि मिसेस रावकी तबीयत ठीक नहीं है। आप बिल्कूल

अकेले हैं। मैं यहाँ मौसीके घरमें रहती हूँ। मौसी बाहर गाव गयी है। मैं बिलकूल अकेली हूँ। वहाँ करती थी वैसे मैं आपकी सेवा करना चाहती हूँ।''

एवढ्या धीट, सरळ आमंत्रणाचा मोह रावांना पडला नाही. ते अविचल राहिले. काहीच बोलले नाहीत. रेणू हळूहळू निघून गेली.

सुखदाच्या ऑपरेशनसाठी रावांनी रजा घेतली होती. त्याआधी सगळी कामे संपवायला म्हणून ते उशिरापर्यंत काम करत होते. सातच्या सुमाराला कंदस्वामी आत आला.

''सर, मिस्टर पाटील डीओएस फ्रॉम नसरापूर वाँट्स टु सी यू, सर.''

''टेल हिम टु गेट लॉस्ट. आय डू नॉट वाँट टु सी दॅट रास्कल.''

स्वामी घोटाळला.

''सर पीए टु कमिशनर कॉल्ड अप. पाटील कमिशनरसाहेबांना पण भेटला. साहेबांना त्याच्यासाठी चेअरमनसाहेबांचा फोन आला होता. कमिशनर हॅज आस्कड हिम टु मीट यू, सर.''

पाटील आत आले. उभेच राहिले. बरोबर एक बाई होती. नऊवारी जुनाट लुगडे नेसलेली. गळ्यात काळी पोत, पायात चपला, मान खाली घातलेली. भरदार अंगाची. पाटील हात जोडून उभा राहिला.

''साहेब, दोनही एन्कायरीज संपल्या. ईओचा रिपोर्ट आपल्याकडे आहे. कमिशनरसाहेब डीए आहेत. साहेब, फाइल्स आपल्याजवळ आहेत. माझी डीपीसी महिन्यावर आली आहे. गरिबावर दया करा साहेब, त्या फाइल्स जरा पाठवून द्या.''

''गरीब? तुम्ही पाटील? अहो, तुमच्या मिसेसच्या बँक अकाऊंट्समध्ये लाखलाख रुपये आहेत, आणि तुम्ही गरीब?''

''साहेब, ते पैसे आमचे कुठले? ते पोरांच्या मामाचे. आम्ही फक्त सांभाळतो. ते पैसे आमचे असते, तर ही माझी बायको अशी लंकेची पार्वती बनून वणवण करत असती काय?''

''ऑल राइट, पाटील. तुम्ही जिंकलात. मी या फाइली पाठवतो आहे. पण एक नवीन कंप्लेंट आली आहे. तिची एन्कायरी झाल्याशिवाय तुमची डीपीसी पार कशी पडेल?''

''साहेब, तुम्ही त्या छिनाल पोरीबद्दल म्हणताय काय? अहो, तिने सगळा पुरावा बनवला आहे. इनवर्डमध्ये नंतर घुसून एंट्र्या केल्या आहेत. ती बाई फार भयंकर आहे साहेब. साहेब, जे जसे दिसते ते तसे नसते.''

''पाटील, तुम्ही एका कलीगबद्दल असे बोलता आहात. तुम्हाला मी चांगला

ओळखतो. त्या डिव्हिजनमध्ये कित्येक वर्षे तुम्ही मनमानी करीत राहिलात. ॲनॉनिमस तक्रारी पाठवण्याचा तुमचा धंदा आहे. यू आर ए टेररिस्ट. तुमचा बंदोबस्त करायलाच हवा.

''हल्लीचे दिवस फार चमत्कारिक आहेत, मिस्टर पाटील. अट्रोसिटी आणि सेक्स ॲब्यूज असे चार्जेस आहेत, की त्यांतून सुटका होणे महा अवघड असते. माझ्याजवळ सावलानीची लेखी तक्रार आहे. तुम्ही तिचे लैंगिक शोषण केले. तिच्याशी लगट करण्याचा प्रयत्न केला आणि जर तुमच्याशी संबंध ठेवायला नकार दिला, तर तिला डिसमिस करावयाची धमकी दिलीत, अशीही तक्रार आहे. काँडक्ट रूल्सच्या तिसऱ्या रूलखाली आलात तर तुम्हाला सस्पेंड करता येईल आणि इंडियन पीनल कोडखाली तुम्हाला अटक होईल.''

पाटीलचा चेहरा उतरला. हा विचार त्याच्या मनात डोकावलाच नव्हता. खालच्या स्टाफला धमकावयाची सवय त्याला होती. पण एका विशिष्ट वर्गाच्या व्यक्तीने अट्रॉसिटीचा आरोप केला किंवा एखाद्या बाईने लैंगिक गैरवर्तणुकीचा आरोप केला, तर त्यातून सुटणे अशक्य असते, ही कल्पना पाटीलना होती.

पाटीलने हात जोडले. गुडघ्यावर बसले. त्यांनी साष्टांग लोटांगण घातले.

''साहेब, तुम्हीच आमचे मारक आणि तारक. साहेब, जेलमध्ये घालू नका. मी जर जेलात गेलो तर जिवंत परत नाही येणार. माझ्या बायकोच्या मंगळसूत्राची शपथ साहेब!''

पाटलांच्या डोळ्यांतून अश्रू वाहत होते. त्यांची बायको खाली मान घालून स्फुंदत होती. रावांना आनंद व्हायला पाहिजे होता; पण ते अविचल राहिले.

ज्या माणसाने त्यांना आणि इतरांना इतका त्रास दिला होता, तो डोळ्यातून अश्रू काढताना पाहूनही रावांना सूडाचा आनंद मिळाला नाही.

''यू कॅन गो मिस्टर पाटील. मला जे योग्य वाटेल तेच मी करीन.''

पाटील वळला; पण त्याची बायको उभीच राहिली. रावांच्या डोळ्यात डोळा घालून पाहत राहिली. एक आग होती त्या अश्रुभरल्या डोळ्यांत. एक विखार, एक डंख होता. एक आव्हान होते. आणि एकदम तिचा चेहरा बदलला, दीनवाणा झाला. हळूच वळून ती नवऱ्याच्या मागे गेली.

●●●

सुखदाची सर्जरी सकाळी सात वाजता करायची ठरले होते. आदल्या संध्याकाळपासून तिला उपाशी ठेवले होते. राव सकाळी पाच वाजताच तिच्या वॉर्डमध्ये पोचले. तिच्या गर्नीबरोबर थिएटरपर्यंत चालत गेले. ती आत गेल्यावर ते बाहेर येऊन

बाकावर बसले.

मावशी रात्रभर तिथेच होत्या. त्या घरी जायला निघाल्या.

''मी अंघोळ, पूजा करून परत येते.''

मावशी आठ वाजता परत आल्या. हातातल्या पिशवीतून त्यांनी कॉफीचा थर्मास आणि चकचकीत स्टीलचा डबा काढला.

''सुखदाला अजून पुष्कळ वेळ लागेल. तुम्ही थोडं खाऊन घ्या.''

रावांना भूक नव्हती. त्यांनी थोडी कॉफी घेतली.

हॉस्पिटलमध्ये बसून ऑपरेशन संपायची वाट पाहणे हे एक मोठे दिव्य असते. सर्जन आलेला असो की नसो, पेशंटला आत नेऊन झोपवून ठेवतात. अनेक थिएटर्समध्ये आपला पेशंट कुठे आहे, ते नातेवाइकांना माहीत नसते. साधारणतः एखाद्या ऑपरेशनला किती वेळ लागतो तो अंदाज असतो; पण प्रत्येक केसमध्ये काहीतरी अनपेक्षित घडू शकते.

सुखदाच्या बाबतीत असेच घडले. दुपारचा एक वाजून गेला तरी रावांना काय चालले आहे, ते कळत नव्हते. ते अगदी अस्वस्थ झाले होते. डब्यातला शिरा गार होऊन पडला होता. कॉफी संपून गेली होती. राव नुसते येरझारा घालत होते. मावशी माळ घेऊन जप करत होत्या. ऑफिसमधले लोक मधूनमधून डोकावून जात होते.

दोन वाजले. रावांच्या पोटातून अचानक जीवघेणी कळ आली. ते मटकन खाली बसले, त्यांना घाम फुटला.

''हाउ आर यू, मिस्टर राव? हाऊ इज दि ऑपरेशन गोइंग? यू डोंट लुक वेल.''

डॉक्टर गुप्ता लंच अवरमध्ये खबर घ्यायला आले होते. रावांचा चेहरा बघून त्यांना परिस्थितीची कल्पना आली. स्क्रब घालून बाहेर आलेल्या एका ज्युनिअर डॉक्टरला त्यांनी खूण करून जवळ बोलावले. गुप्ता त्याच्या कानात कुजबुजले. तो डॉक्टर आत जाऊन पाच मिनिटांत परत आला. त्याने गुप्तांना काही सांगितले.

''देअर इज नथिंग टु वरी अबाऊट. दे जस्ट स्टार्टेड दि ऑपरेशन लेट. दि पेन इन युर स्टमक इज ड्यू टु हंगर. प्लीज ईट समथिंग. यू विल फील बेटर.''

शिऱ्याचा पहिला घास खातानाच आपण किती उपाशी आहोत, याची जाणीव रावांना झाली. शिरा संपल्यावर त्यांना बरे वाटले.

दुपारी चार वाजता सुखदा ओ.टी.तून बाहेर आली. सर्जन पारीख थकलेले दिसत होते. रावांना बघून ते जवळ आले.

''यू मस्ट बी व्हेरी वरीड मि.राव. देअर वॉज अे कॉँप्लिकेशन. हर ब्लडप्रेशर

ड्रॉप्ड सडनली. इट टुक टाइम टु स्टॅबिलाइज हर. इट टुक ओव्हर एट अवर्स. बट एव्हरिथिंग हॅज गॉन वेल. दि ट्यूमर इज आउट. नो रेसिड्यू. शी विल बी फीलिंग व्हेरी वीक फॉर सम टाइम. बट देअर इज नो डेंजर.''

सुखदाच्या नाकावर ऑक्सिजन मास्क होता. तिच्या हातामध्ये नळ्या होत्या. स्टँडला लावलेल्या प्लॅस्टिकच्या बाटलीतले थेंब थेंब द्रव तिच्या अंगात जात होते. दोन मॉनिटर्स तिच्या शरीराचे व्यवहार निरखत होते.

सात वाजता मावशी परत आल्या, तोपर्यंत राव झोपलेल्या सुखदाच्या चेहऱ्याकडे बघत बसले होते.

''तुमचे जेवण टेबलावर ठेवले आहे, जेवून घ्या आणि झोपा. सकाळी या. मी आहे इथे.''

राव चालतच घरी जायला निघाले. घड्याळाची स्प्रिंग गच्च भरलेली असावी, तशी त्यांची अवस्था होती. रात्रभर जागून, दिवसभर वाट पाहूनसुद्धा त्यांना थकवा वाटत नव्हता. काहीतरी करावे, खच्चून ओरडावे, कुणाला तरी मारावे, असे त्यांना वाटत होते. ते धावायला लागले. घरी पोचताना त्यांना अजून काहीतरी करायची ऊर्मी येत होती.

●●●

राव घरी पोचले तेव्हा गडद अंधार पडलेला होता. बाहेरचे फाटक उघडून राव पोर्चमध्ये शिरले. कुलूप उघडून ते आत जाणार तोच त्यांना दाराजवळ हालचाल दिसली. त्यांनी पोर्चमधला दिवा लावला.

पाटीलची बायको समोर उभी होती. तशीच जुनाट नऊवारी साडी. तसाच खडीचा ब्लाउज. तीच गळ्यातली काळी पोत, तेच पाणीदार डोळे. तीच उभार छाती.

''तुम्ही? इथे का आलात?''

''साहेब, माझ्या नवऱ्याची जिनगानी तुमच्या हातात आहे. त्यांना बढती नाही मिळाली, तर काहीतरी वेडेवाकडे करून बसतील. त्यांना हार्टचं दुखणंही आहे साहेब. साहेब, सगळे तुमच्या हातात आहे. मी भीक मागते. माझ्या ओटीत एवढं घाला.''

पाटीलबाईंनी डोक्यावरचा पदर काढून पुढे पसरला. तिचे उन्नत वक्ष रावांच्या डोळ्यांत घुसले.

रावांच्या मस्तकात एक सणक उठली. इतके दिवस ठेवलेला संयमाचा बांध फुटला.

''तुझा नवरा हरामखोर आहे. त्याने सगळ्यांना छळायचा मक्ता घेतलेला आहे. बदमाष आहे तो. माझ्या बायकोला पत्र पाठवून माझा संसार उद्ध्वस्त करायचा

त्याने प्रयत्न केला. माझ्या घरावर सीबीआयची धाड पाडली. त्याच्या हलकटपणामुळे माझी बायको आजारी पडली. माझी सगळीकडे बदनामी करायचा त्याने डाव मांडलेला आहे. त्याला मी क्षमा करू? अशक्य. आता मी पण थांबणार नाही. मला खोटेपणा करायला लागला तरी हरकत नाही; पण मी त्याला नोकरीवरून काढून दाखवीन. त्याला जेलमध्ये पाठवीन.''

''असं करू नका साहेब. माझा संसार उद्‌ध्वस्त करु नका. माझ्या नवऱ्याला सोडून द्या. मला शिक्षा करा पण त्याला वाचवा. साहेब, त्याला वाचवायला मी काय पण करीन, तुम्ही म्हणाल ते करीन.''

रावांच्या मस्तकातली कळ अजून विरली नव्हती. सूडाची आग अजून विझली नव्हती. पण त्यांचे डोळे तिच्या अंगाअंगावरून फिरत होते. तिचा घाबरलेला वास त्यांना उद्दीप्त करीत होता. तिची शरणागती त्यांना चाळवून गेली.

गेले कित्येक दिवस सुप्तावस्थेत असलेले रावांचे पौरुष जागे झाले. त्या बाईचे खांदे धरून त्यांनी तिला उभे केले. तिच्या डोळ्यांत डोळा घालून ते म्हणाले,

''घेणार तू प्रायश्चित्त? भोगणार तुझ्या नवऱ्याची शिक्षा? काहीपण करायला तयार आहेस तू?''

रावांच्या डोळ्यावरची नजर न हलवता ती घोगऱ्या आवाजात म्हणाली, ''होय, मी तयार आहे.''

सुखदाशी प्रणय पुष्कळ वेळ चालायचा. कुरवाळत, चुंबत राव तिला आधी गरम करायचे. रेणू आधीच गरम झालेली असायची. त्या दोघी उत्कटतेने रावांशी खेळायच्या. आपल्याबरोबर त्यांनाही सुख मिळावे, याची काळजी राव घेत होते. कितीही उद्दीप्त असले तर ते संयम बाळगत असत. रतिसुखाच्या परमानंदाची अनुभूती दोघांनाही एकदमच व्हावी, हा त्यांचा प्रयत्न असे. पण आजची गोष्ट वेगळी होती. समोरची स्त्री सखी नव्हती, शरणागत होती.

रावांनी दार उघडले. तिचा हात धरून त्यांनी तिला आत ओढले. दाराला आतून कडी लावली. तिला मागून कवेत घेऊन उचलले. त्यांचे हात तिच्या छातीवर करकचून दाबलेले होते. तिच्या नितंबांनी त्यांचे पुरुषत्व आणखी जागवले.

एखाद्या हिंस्र पशूसारखे राव तिच्यावर तुटून पडले. त्या संभोगात प्रेम नव्हते, मार्दव नव्हते; होता तो फक्त सूड. भाल्याने हरीण भोसकावे तसे राव तिला भोसकत राहिले. तिच्या दबल्या किंकाळ्या, तिचे कण्हणे त्यांना आणखीच उत्तेजित करीत राहिले.

उत्तररात्री केव्हातरी फाटलेला ब्लाउज आणि दुखरे अंग सावरीत पाटीलची

बायको निघून गेली.

उन्हे अंगावर आली, तेव्हा राव जागे झाले. घाईघाईने तयार होऊन हॉस्पिटलमध्ये पोचले.

सुखदा जागी होती. रावांना पाहून प्रसन्न हसली. तिचा हात हातात धरुन राव किती वेळ बसून होते.

आठ दिवसांत सुखदा झपाट्याने सुधारली. हात धरून चालायला लागली. तिची पूर्ण तपासणी करून डॉक्टर पारीख म्हणाले, ''शी हॅज शोन एक्सलंट प्रोग्रेस. आय थिंक वी कॅन डिस्चार्ज हर धिस वीकएंड.''

रावांनी रिझ्यूम केल्यावर गुणशेखरनचे एन्क्वायरी रिपोर्ट्स अप्रूव्ह केले आणि कमिशनर साहेबांच्याकडून पाटीलच्या चार्जशीट्स ड्रॉप करायच्या ऑर्डर्स घेतल्या. रेणूची लीव्ह रेग्युलराइज करून घेतली, पण तिने पाटीलविरूद्ध केलेला अर्ज त्यांनी फाडून टाकला.

सुखदा घरी येणार म्हणून रावांनी दोन दिवस सुटी घेतली होती. आदल्या दिवशी संध्याकाळी उशिरा बसून ते पेंडिंग फाइल्स काढत होते. कंदस्वामी आत आला, थोडा घोटाळला.

''सर, मिस्टर पाटील इज हिअर ऑन अ कर्टसी कॉल.''

पाटील आत आला. हातात एक मिठाईचा डबा. खाली वाकून त्याने रावांना नमस्कार केला.

''साहेब, आपल्या कृपेने माझे सर्व ठीक झाले. मिसेस पण आल्या आहेत आपल्याला नमस्कार करायला. ये ग आत.''

रावांनी पाटीलची बायको दोनदा पाहिलेली होती. पण जी बाई समोर आली, ती ती नव्हती. त्यांनी पाहिलेली पाटीलची बायको नऊवारी नेसणारी, खणाची चोळी घालणारी, गळ्यात काळी पोत घालणारी, पुष्ट अंगाची होती. समोर आलेली बाई गोरी, अगदी हाडकुळी, पाचवारी नेसलेली होती. अंगाखांद्यांवर भरपूर दागिने घातलेले होते. डोळ्यांवर जाड भिंगाचा चष्मा होता.

''साहेबांना नमस्कार कर.''

पाटीलची बायको पुढे आली. अंगभर पदर लपेटून खाली वाकून बांगड्यांचा आवाज करीत तिने नमस्कार केला.

''पाटील या, या तुमच्या मिसेस?''

''होय साहेब, हीच ती माझी बायको. एकुलती एकच आहे साहेब.''

''पण, पण मागच्या वेळी तुमच्याबरोबर...''

"मी म्हणालो होतो ना साहेब. आपल्याला जे जसे दिसते ते, तसे असते असे नाही."

पाटील आणि त्याची बायक्को निघून गेले. हातात मिठाईचा डबा धरून रावसाहेब बंद दाराकडे पाहत राहिले.

४.
मदनबाधा

नर्मदेच्या उगमाकडे निघालेले च्यवनऋषी झपाट्याने चालत होते. जटा, कौपीन, हातात एक काष्ठकमंडलू. सूर्य अस्ताला जात होता. मुनी थांबले. नर्मदेच्या शीतल जलात उतरले. स्नान करून त्यांनी मावळत्या सूर्याला अर्घ्य दिले. आचमन करून सर्व देवतांना वंदन केले. निथळत्या अंगाने ते प्रवाहाबाहेर आले.

वैडूर्यपर्वतावर पडणाऱ्या मावळत्या सूर्याच्या किरणांनी आसमंत झगमगून निघाला होता. तशीच कांती असणारे सुवर्णमृग त्या प्रकाशात झळाळत होते. पक्षी आपापल्या घरट्यांत विसावायला जात होते. निशाचर वनपशू शिकारीला निघत होते.

वैडूर्यपर्वताच्या पायथ्याशी गगनचुंबी वृक्षराजी होती. त्या विशालकाय वृक्षांना वेढून असलेल्या लतावल्लरी विविधरंगी फुलांनी डवरल्या होत्या. वृक्षराजीच्या मधोमध हरित तृणांचे कुरण होते. मृगयेसाठी येणारे निषाद सोडले, तर या प्रदेशात मनुष्याचा वावर नव्हता. साधनेसाठी ही जागा सुयोग्य होती.

शालवृक्षाच्या तळाशी, सपाट जागी च्यवनमुनी पद्मासनात बसले. एक घटिका नाडीशोधन प्राणायाम केल्यानंतर त्यांनी एक दीर्घ रेचक केले. बाह्यकेवल कुंभक अवस्थेत मूलबंध, उड्डियानबंध आणि जालंदरबंध बांधून त्यांनी प्राणशक्ती एकाग्र केली.

त्यांचे बाह्यचक्षू मिटले आणि अंत:चक्षू उघडले. मुनी समाधी अवस्थेत गेले. वैश्विक शक्तीशी ते एकरूप झाले. एक अतिशय प्रखर पण शीतल प्रकाश त्यांना वेढून राहिला. त्यांच्या शारीरिक जाणिवा हरपल्या. एक अनाहत नाद त्यांच्या मनात मूर्त झाला. त्यांचे प्राण ब्रह्मतेजाच्या शोधार्थ निघाले.

एक हरिणी तिच्या पाडसाला घेऊन नि:शंकपणाने मुनींच्या जवळ येऊन उभी राहिली. एक महाकाय वाघ वृक्षराजीतून बाहेर आला. हरिणीकडे दबत्या पायांनी यायला लागला, आणि अचानक त्याला समाधिस्थ च्यवनमुनी दिसले. त्याचे उग्र,

पिवळे डोळे चमकले. मग खाली मान घालून तो हिंस्र पशू परतला.

एक सूक्ष्म अनाहत वैश्विक नाद ऋषींच्या अंगात घुमत राहिला.

आकाशात ढग जमून आले. विजांचा कडकडाट झाला. धुवाधार पाऊस पडायला लागला मग शिशिर ऋतू आला. झाडांच्या पिवळ्या पानांनी पृथ्वीला आवरण घातले.

वसंत आला. ग्रीष्म आला. निसर्गाचे ऋतुचक्र चालू राहिले.

संवत्सरामागून संवत्सरे गेली. मुनींच्या अंगाभोवती मुंग्यांचे वारूळ तयार झाले. त्याचे शिखर मुनींच्या जटासंभाराच्या वर गेले. त्या वारुळावर हळूहळू गवत उगवले. लता व वेली त्या वारुळाच्या आधाराने वाढू लागल्या.

त्या वारुळाच्या मध्यभागातून येणाऱ्या, अगदी हलक्या, ऐकू येईल न येईल अशा अनाहत नादाला सर्व प्राणी आणि वनस्पती सरावलेल्या होत्या. तीनशे संवत्सरे अशी गेली.

●●●

या अवकाशात आजूबाजूला बरीच स्थित्यंतरे झाली. च्यवनमुनींनी समाधी लावली, तेव्हा त्या प्रदेशाचा नृप होता कृतवर्मा. त्याचा प्रपौत्र शर्याती आज राज्य करीत होता. त्याच्या राज्यात प्रजानन सुखी होते. ब्राह्मणांना मान होता. वैडूर्यपर्वताच्या पायथ्याशी त्याने अनेक आचार्यांना जमीन, गायी आणि सुवर्ण देऊन वसवले होते. तिथे गुरुकुले झाली होती. वेदांचे अध्ययन होत होते.

ठिकठिकाणी पुष्पवाटिका, पुष्करिणी, उद्याने वसवलेली होती. त्या जागी मृगयेला बंदी होती. सुवर्णमृग, कस्तुरीमृग, शशक आनंदात विहार करीत होते. राक्षसांपासून ऋषींचे संरक्षण करण्यासाठी अस्त्रविद्येत प्रवीण असलेले शूर सैनिक कायम सर्व परिसरात फिरत असत.

राजा शर्यातीला हा प्रदेश फार आवडत असे. आपल्या परिवारासह तो अनेकदा वनविहाराला वैडूर्यपर्वताच्या आसमंतात येत असे. आज अगदी सकाळी त्याचा राणीवसा, मंत्रीगण, सैनिक मिळून चार हजार लोक आसमंतात होते. ठिकठिकाणी चुली पेटवून घारगे, खीर, मांसयुक्त ओदन शिजत होते. एका महावृक्षाच्या तळी शर्याती त्याच्या पट्टराणीबरोबर बसला होता. काही अंतरावर त्याची लाडकी लेक सुकन्या आपल्या सख्यांबरोबर खेळत होती.

''देवी, आपली कन्या किती सुंदर आहे! मला तर वाटते की संपूर्ण भारतवर्षात इतकी सुरेख मुलगी शोधून सापडणार नाही. आणि राजगुरू मला सांगत होते, की कला आणि विज्ञान या दोन्हींतही तिची प्रगती उत्तम आहे.''

‘‘होय, नाथ. पण आता सुकन्या वयात यायला लागली आहे. आपण तिच्या विवाहाचा विचार करायला हवा.’’

‘‘काय बोलताय तुम्ही देवी? अजून ती किती लहान आहे.’’

‘‘महाराज, येत्या आषाढात तिला तेरावे वर्ष लागेल. आत्तापासूनच एखाद्या सुयोग्य युवराजाचा शोध घ्यायला हवा.’’

●●●

तिच्या सख्यांसह सुकन्या रानात शिरली. राजगुरूंची कन्या वेदवती आणि सेनापतींची कन्या वरदा तिच्या बरोबर होत्या. वरदेच्या कमरेला तलवार होती. मृगयेची तिला आवड होती. वेदवती सुकन्येला झाडांची आणि फुलांची माहिती देत होती.

‘‘हा महावृक्ष आहे कदंब. याला सुंदर गुलाबी फुले येतात. या फुलांत गोड मध असतो. कदंबाची फुले वापरून मद्य बनवतात. यादवांना ते फार आवडते. भगवान बलराम त्याचे नित्य सेवन करीत.

‘‘ह्या कमलिनी पाहा. यातील बिसतंतू खाण्यासाठी कलहंस थेट हिमालयातून येतात. हा चातक पक्षी. कितीही तहानलेला असला, तरी हा साठलेले पाणी पीत नाही. पाऊस पडायला लागला, की तो चोच उघडून पावसाचे थेंब चाखतो.’’

बोलता बोलता तिघीजणी जंगलात बऱ्याच आत गेल्या. त्यांना एक सुंदर कुरण दिसले. हजारो फुलांवर शेकडो फुलपाखरे बागडत होती. एका लहानशा पुष्करिणीत विविध रंगाची कमळे फुललेली होती.

‘‘सख्यांनो, किती उष्मा होतो आहे. चला आपण पुष्करिणीत जाऊ यात.’’

उत्तरीय फेकून देऊन सुकन्या पुष्करिणीत उतरली. तिच्या सख्या बाहेरच राहिल्या.

थोड्या वेळाने सुकन्या बाहेर आली. ओल्या कपड्यांतून तिचे उभारीला लागलेले वक्ष ठळक दिसत होते. जलातून वर आलेल्या अप्सरेसारखे तिचे रूप मोहक होते.

कामदेव अशरीरी असल्यामुळे तो दिसत नाही. पण तो अनंग देव त्या पुष्करिणीच्या आसपासच होता. परिसरातल्या सर्व प्राण्यांत कामभावना उचंबळून आल्या.

च्यवनमुनींचे वैश्विक शक्तीशी एकरूप झालेले मन पुन्हा स्वशरीरी आले. मुनींना एवढ्या लवकर समाधीअवस्थेतून बाहेर यायचे नव्हते. त्यांच्या प्रगल्भ प्रज्ञेला कामाचे अस्तित्व जाणवले. मुनींनी डोळे उघडले. त्यांच्या डोळ्यांतून तेजाचे किरण बाहेर पडले. दृष्टी समोरच्या वारुळाला भेदून गेली आणि त्यांना सुकन्या दिसली.

त्यांना आधी वाटले, की आपली तपस्या भंग करण्यासाठी इंद्राने कुणी अप्सरा पाठवली असावी. पण त्यांचे ध्यान सबीज, सहेतुक नव्हते. त्यांना काहीच मिळवायचे नव्हते. इंद्राला त्यांच्यापासून धोका नव्हता. मग ही अप्सरा इथे काय करीत होती? अनिमिष नेत्रांनी च्यवनऋषी ती मनोरम मूर्ती पाहत राहिले.

"सखे वेदवती, ते समोर काय आहे गं? काहीतरी वेगळेच वाटते आहे."

"राजकन्ये, ते मुंग्यांचे वारूळ आहे. मुंग्या अशी वारुळे तयार करतात. कधी कधी काही कारणांनी त्या अशी वारुळे सोडून जातात. मग त्यात भुजंग राहतात."

"चल, आपण जवळ जाऊन पाहूयात."

"नको. त्यात विषारी भुजंग असायची शक्यता आहे."

"मला नाही भीती वाटत. आणि शिवाय आपल्याजवळ वरदा आहे. तिने तिच्या तलवारीच्या एका वाराने एक शार्दूल ठार केला होता. चला गं सख्यांनो, आपण जवळ जाऊन पाहू."

अस्ताव्यस्त वाढलेल्या त्या काळ्या मातीच्या वारुळावर हिरवे गवत उगवलेले होते. वेलींनी गर्दी केली होती. पण त्यातून च्यवनऋषींचे नेत्र चमकत होते.

"सखे, मी असे ऐकले होते, की महाभुजंगांच्या फड्यावर मणी असतो. तो सर्पमणी मेलेल्या माणसाला जिवंत करू शकतो. बभ्रुवाहनाशी झालेल्या युद्धात जेव्हा वीर अर्जुन गतप्राण झाले, तेव्हा माता उलूपीने त्यांच्या हृदयावर नागमणी ठेवून त्यांना पुन्हा जिवंत केले होते.

"या वारुळात मला दोन मणी दिसताहेत. वरदे, तुझी तलवार दे पाहू."

तलवारीच्या टोकाने ते दोन मणी काढायचा सुकन्येने प्रयत्न केला. पण ते मणी फुटले. सुकन्येने तलवार मागे घेतली. तेव्हा तिला तिच्या टोकाला रक्ताचे डाग दिसले.

सुकन्या घाबरली.

"काय झालं असेल गं? या तलवारीला रक्त कसं लागलं?"

"कदाचित कुठलातरी प्राणी आत लपला असेल. त्याला इजा झाली असेल. चला, आपण जाऊ इथून."

तिघीजणी धावतच वृक्षराजीच्या बाहेर आल्या. वरदाने तलवार स्वच्छ पुसून म्यान्यात ठेवली. आपल्या माणसांत आल्याबरोबर झालेला प्रकार तिघीही विसरून गेल्या.

●●●

शर्याती, त्याच्या राण्या आणि मंत्री बोलत बसले होते. तिथे एक प्रहरी धावत

आला. प्रणिपात करून उभा राहिला. महामंत्री महाराजांजवळून उठले. प्रहरी त्यांच्याजवळ येऊन कुजबुजला. महामंत्र्यांचा चेहरा गंभीर झाला. ते महाराजांच्या जवळ गेले.

"महाराज, एक मोठे संकट आले आहे. आपले सर्व सैनिक आंधळे झाले आहेत."

"काय? सेनापती कुठे आहेत?"

"महाराज, सेनापती वीरसेन पण आंधळे झाले आहेत. आणि सर्व सैनिक आणि सेनापती यांच्या डोळ्यांतून रक्त वाहत आहे."

"राजवैद्य कुठे आहेत?"

"राजवैद्यांनी सेनापतींना तपासले, महाराज. त्यांच्या म्हणण्याप्रमाणे त्यांच्या डोळ्यांना अजिबात इजा झालेली नाही. कुठल्याही जंतूंचा प्रादुर्भाव झालेला नाही. कुठेही सूज नाही, इजा नाही."

"मग काय झाले आहे? कुणी राक्षस आजूबाजूला आलेला आहे का? कुणाची करणी आहे ही?"

"महाराज, राजगुरूंना विचारायला हवे. आणि मला वाटते, की आपणही त्वरेने हा शापित भाग सोडून जावा."

लवकरच सगळे रथ, हत्ती, घोडे, पालख्या राजधानीच्या ठिकाणी जायला निघाल्या. शर्याती महाराज आपल्या महामंत्र्यांसह वेगवान घोड्यावरून राजधानीकडे निघाले.

राजगुरूंनी सर्व हकीकत ऐकली.

"महाराज, मला यात राक्षसी अस्तित्व जाणवत नाही. कुण्या असामान्य शक्तीचे हे कृत्य आहे. आपल्या कुणा सैनिकांनी कुण्या ऋषींची आगळीक तर काढली नाही ना?"

"नाही, गुरुवर्य. प्रत्येक सैनिकाला आणि परिचारकाला हा प्रश्न विचारलेला आहे. त्या भागात अनेक ऋषी राहतात. त्यांच्याशी आदराने वागण्याची शिकवण सर्वांना आहे. शिवाय आपण ज्या भागात विहाराला गेला होतो, तो भाग सोडून कुणीही गेले नव्हते. आणि त्या भागामध्ये एकही आश्रम नाही."

राजगुरूंनी प्रश्नकुंडली मांडली. फासे टाकले, कवड्या फेकल्या, काही गणिते केली.

"राजन, शास्त्र सांगते आहे, की एका तपस्व्याला नेत्रभागी इजा झालेली आहे आणि त्याच्या क्रोधामुळे आपल्या सर्व सैनिकांची दृष्टी गेलेली आहे. त्या तपस्व्याचा क्रोध शांत झाला नाही, तर तो आपला सर्व प्रदेश क्षणात भस्मसात करू शकतो.

‘‘महाराज, क्षमस्व. आपण सर्व सैनिकांना विचारलेत; पण अंत:पुरात पृच्छा केलीत काय?’’

महाराज शर्याती अंत:पुरात गेले. पट्टराणी आणि उपराण्या कायमच शर्यातींच्या दृष्टिपथात होत्या. सुकन्या आणि तिच्या सख्या समोर आल्या. प्रणिपात करून उभ्या राहिल्या.

‘‘सुकन्ये, तू अरण्यात फिरताना तुला कुणी तापस किंवा ऋषी दिसला होता का?’’

‘‘नाही, तात.’’

‘‘तुझ्या हातून कुणा मनुष्याला हानी पोचली का?’’

‘‘नाही, तात.’’

सुकन्या वडिलांशी बोलताना मधूनच वेदवतीकडे पाहत होती. शर्यातीच्या ध्यानात ही गोष्ट आली.

‘‘वेदवती, राजगुरूंच्या तर्कानुसार आपल्यातल्या कुणीतरी कुण्या तापसाला इजा केली आहे, आणि त्यामुळे आपले सर्व सैनिक आंधळे झाले आहेत. तुला याबद्दल काही सांगायचे आहे?’’

‘‘क्षमा असावी महाराज. आम्ही अरण्यात असताना आम्हाला एक वारूळ दिसले. त्यात दोन चमकणाऱ्या वस्तू होत्या. राजकुमारीला वाटले, की ते सर्पमणी असावेत. म्हणून राजकुमारीने त्यांना तलवारीच्या टोकाने टोचले. ते मणी नव्हते महाराज. ते कुण्या प्राण्याचे डोळे असावेत. कारण तलवारीच्या टोकाला रक्त लागलेले होते.’’

शर्याती अंत:पुराच्या बाहेर आला. राजगुरू आणि महामंत्री उभे होते.

‘‘आगळीक घडलेली आहे ती माझ्या मुलीकडूनच. आता आपण तिथे जाऊन त्या तापसाची क्षमायाचना करायला हवी.’’

‘‘महाराज, क्षमा असावी. आपण त्यांच्यासमोर जाणे धोक्याचे आहे. त्यांच्या क्रोधाग्नीमध्ये आपले सर्व राज्य, सर्व प्रजानन जळून खाक होऊ शकतात.’’

‘‘मग काय करायचे महामात्य? आपल्या प्रमादाचे प्रायश्चित्त आपण घेतलेच पाहिजे.’’

‘‘महाराज, विश्वंभर मुनींच्या आश्रमात ब्रह्मर्षी विश्वामित्र आले आहेत. आपण त्यांच्याकडे जाऊ. ते आपल्याला योग्य मार्ग सुचवतील.’’

●●●

शर्याती, महामात्य आणि राजगुरू, विश्वंभर मुनींच्या आश्रमात पोचले, तेव्हा

माध्यान्ह संध्येची वेळ झालेली होती. वटवृक्षाच्या पारावर बसून विश्वामित्र संध्या करीत होते. इतर मुनिगण योग्य अंतरावर बसून विहित कार्य करीत होते.

योग्य अंतरावर शर्याती आणि त्याचे सहकारी थांबून राहिले. हात जोडून माना लववून उभे राहिले. एका शिष्याने विश्वंभर ऋषींना त्यांच्या आगमनाची सूचना दिली. संध्यावंदनानंतर ते शर्यातीकडे आले.

"प्रणाम, मुनिवर."

"राजन, सर्व क्षेमकुशल आहे ना? या वेळी आश्रमात यायचे प्रयोजन?"

शर्यातीने झालेली घटना ऋषींना विदित केली.

"राजन, या भागात गेली काही शतके भृगुकुमार च्यवन भार्गव तपश्चर्या करीत आहेत. त्यांच्या तपात तुमच्या कन्येने विघ्न आणले. एवढेच नव्हे, तर त्यांना इजा पण केली. च्यवनभार्गव अगदी सौम्य प्रकृतीचे आहेत. एकदा ते एका सरोवराच्या तळाशी बारा वर्षे तपाला बसले होते. धीवरांनी मासा समजून त्यांना जाळ्यात पकडले. तरी त्यांनी धीवरावर कोप केला नाही.

"पण त्यांचे तेज असह्य आहे. ते गर्भावस्थेत असताना त्यांच्या मातेला पुलोम नावाचा राक्षस पळवून न्यायला लागला. तो गर्भ मातेच्या उदरातून बाहेर आला आणि आपल्या तेजाने त्याने त्या राक्षसाला भस्म केले. तो गर्भच्युत झाला म्हणून त्याला च्यवन असे नाव पडले. भृगु ऋषींचे पुत्र म्हणून ते भार्गव.

"तुमच्या कन्येने त्यांचे नेत्र हिरावून घेतले आहेत. ते तिला काय करतील, ते सांगता येणार नाही. मी तुमच्यासह येतो. आपण मुनींची क्षमायाचना करावी."

शर्याती, राजगुरू, मुनी विश्वंभर, त्यांचे निवडक शिष्य असे सगळे त्या अरण्यात शिरले. च्यवनमुनी ध्यानस्थ बसलेल्या जागी ते पोचले. शर्यातीने बरोबर आणलेले सामान काढले. मुनींना बसण्यासाठी आसन, पाय धुवायला पाणी, घंगाळं, आचमन करायला ताम्हण, पळी, पंचपात्र, चंदन-केशराची उटी, कस्तुरीची उटी, पुष्पमाला असा सरंजाम मांडून ठेवला. विश्वंभराच्या शिष्यांनी एकसुरात सामवेदाचे गायन सुरू केले.

मुनी विश्वंभर हात जोडून उभे राहिले. वेदघोषाच्या किंचित वर आवाज काढून ते बोलू लागले-

"भगवान बृहस्पतींचे पौत्र आणि महर्षी भृगूंचे पुत्र च्यवनभार्गव यांना मी उशीनर वंशातला, विभांडक ऋषींचा पुत्र विश्वंभर साष्टांग प्रणाम करत आहे.

"आपली कीर्ती कुणाला विदित नाही? महाप्रचंड, महाप्रतापी, उन्मत्त पुलोम राक्षसाला आपण गर्भावस्थेत आपल्या तेजाने भस्मसात करून टाकले होते. सतत बारा

वर्षे आपण पाण्यात राहून समस्त जलचरांना प्रिय झाला होतात. कुशिक राजाला आपल्या कृपाप्रसादाने स्वर्गप्राप्ती झाली होती. आपले तेज, आपली विद्वत्ता जगविख्यात आहे. मोठेमोठे ऋषिमुनी आपल्या सहवासाची अपेक्षा आणि आकांक्षा धरतात. आपले ब्रह्मतेज माध्यान्हीच्या सूर्यापेक्षा प्रखर आहे. आपण दयेचे अर्णव आहात. अपराध्याला क्षमा करणे हा आपला स्थायीभाव आहे.

''हे महात्मन आपण या भागात आहात हे आम्हाला विदित नव्हते. आज ते कळल्यावर आपल्या दर्शनाची आम्हा सर्व ब्रह्मवृंदाला ओढ लागलेली आहे.

''हे मुनिवर, या प्रदेशाचा राजा शर्याती आपल्या चरणांपाशी आलेला आहे. त्याच्या अबोध कन्येने अजाणता आपल्याला इजा पोचवली आहे. तिला क्षमा करून अभय द्यावे, अशी मी प्रार्थना करतो.

''हे परमज्ञानी ऋषिवर, आपल्या दर्शनाची आशा धरून माझे शिष्यगणही इथे आलेले आहेत.

''हे भृगुनंदन, आता आपण आम्हाला दर्शन द्यावे.''

मातीचा तो डोलारा हलला. त्याचा पुढचा भाग निखळून पडला आणि भृगुनंदन च्यवनऋषींचे सर्वांना दर्शन घडले.

पद्मासनात बसलेले मुनी अस्थिपंजर होते. प्रत्येक बरगडी दिसत होती. गाल खोल गेलेले होते. अंगावर माती जमलेली होती. झाडांचा चीक आणि माती यांच्या संयोगाने त्यांच्या जटा मलिन झालेल्या होत्या. त्यांचा उजवा हात अभयमुद्रेत वर आला.

शर्यातीला कापरे भरले होते. त्या मलिन परंतु तेज:पुंज ऋषीला डोळे नव्हते. त्यांच्या खाचांत साखळलेले रक्त दिसत होते. जमिनीवर साष्टांग प्रणिपात करून तो पडून राहिला. त्याच्या तोंडातून कसेबसे शब्द बाहेर पडले.

''हे महान ऋषिवर, मी उदयनवर्माचा तृतीय पुत्र शर्याती आपल्याला शरण आलो आहे. मला अभय असावे मुनिवर. माझी अज्ञान कन्या तिच्या सख्यांसह इथे विहार करीत होती. मुनिवरांच्या डोळ्यांना बहुमूल्य सर्पमणी समजून तिने इजा पोचवली. मुनिवर, ती अज्ञ आहे. तिला आपल्या कृत्याची जाणीव नव्हती. तिला क्षमा करा, मुनिवर. आपण जी शिक्षा द्याल, ती भोगायला मी तयार आहे.

''आपल्या क्रोधामुळे माझे सर्व सैनिक आंधळे झाले आहेत. मुनिवर, आपल्या असीम करुणेने त्यांना नेत्रदान द्यावे. त्यांचा राजा म्हणून मी आपले डोळे आपल्या चरणी अर्पण करतो.''

शर्यातीने कमरेचा खंजीर काढला आणि तो आपल्या डोळ्यांकडे नेला.

च्यवनमुनींचे ओठ हालले.

"राजन, थांब. असा अविचार करू नकोस. तुझ्या सर्व सैनिकांची पीडा थांबलेली आहे आणि त्यांना पुन्हा दिसू लागलेले आहे.

"राजन तुझ्या कन्येचे कृत्य अनवधानाने झालेले आहे हे खरे; परंतु त्याचे प्रायश्चित्त तिला घ्यायलाच हवे.''

"सांगावे, मुनिवर. आपण म्हणाल ते प्रायश्चित्त घ्यायला आमची तयारी आहे.''

"ठीक आहे, राजन. मी तिला आज सकाळी पाहिले आणि मी गृहस्थाश्रम स्वीकारायचा निर्णय घेतला. तुझ्या कन्येशी मी विवाह करणार आहे.''

"धन्य आहोत आम्ही मुनिवर. आपल्यासारखा जामात आम्हाला मिळतो आहे. मुनिवर, ही तर शिक्षा नव्हे. माझ्या अजाण बालिकेला आपण वरदानच दिले आहे. तिचा बहुमान केला आहे. मुनिवर, पाद्यपूजा स्वीकारावी.''

च्यवनमुनी वारुळातून बाहेर आले. शर्यातीने पुढे केलेल्या हाताकडे दुर्लक्ष करून ते चौरंगावर येऊन बसले. शर्यातीने त्यांची पाद्यपूजा केली. मधुपर्क, अर्घ्य, आचमनीय दिले. गुरू विश्वंभरांबरोबर च्यवनमहर्षी त्यांच्या आश्रमाकडे गेले.

"गुरुवर्य, च्यवनमुनींना डोळे नाहीत. पण त्यांना मार्गदर्शनाची गरज लागली नाही, हे कसे?''

"राजन, त्यांचे तप:सामर्थ्य इतके आहे, की त्यांना चर्मचक्षूंची गरजच भासत नाही. वर्तमानातल्याच काय पण भविष्यकाळातल्या घटनाही ते पाहू शकतात. ते अवकाशगमन करू शकतात.''

●●●

शर्याती राजधानीत परतला, तेव्हा सर्व सैनिकांनी त्याचा जयजयकार केला. अंत:पुरात त्याची प्रतीक्षा होती. शर्यातीने आपल्या पट्टराणीला घडलेल्या घटना सांगितल्या.

"महाराज, इतके विद्वान ऋषी आपले जामात होत आहेत, ही महान भाग्याची गोष्ट आहे. पण आपण क्षत्रिय आणि ते ब्राह्मण. मग हा विवाह कसा होईल?''

"प्रिये, ब्राह्मण वर आणि क्षत्रिय वधू हा अनुलोम विवाह शास्त्रसंमत आहे. पण क्षत्रिय वर आणि ब्राह्मण वधू हा प्रतिलोम विवाह होतो, आणि तो शास्त्राला मान्य नसतो.''

"महाराज, आपण राजगुरूंना बोलावून विवाहाचा मुहूर्त काढावात.''

"प्रिये, राजगुरुंनी सुकन्येची पत्रिका पाहिलेली आहे. आजपासून वीस दिवसांनी

वैशाख शुद्ध प्रतिपदेला गोरज मुहूर्त योग्य आहे.''

वेदवती आणि सुकन्या सौधावर बसून सूर्यास्ताचे रंग पाहत होत्या. वरदा धावत आली. प्रणिपात करून उभी राहिली.

''वरदे, सखे, आज तू एखाद्या दासीसारखी का वागते आहेस? मी राजकन्या असले, तरी तू माझी सखी आहेस हे विसरलीस काय?''

''मी विसरले नाही; पण सुकन्ये, तू आता केवळ राजकन्या राहिली नाहीस. तू आता चंडप्रतापी, योगाचार्य, भृगुकुलोत्पन्न च्यवनमहर्षींची वाग्दत्त वधू आहेस. साक्षात महाराज शर्यातीही आता तुला प्रणिपातच करतील.''

घडलेल्या सर्व घटना सांगून वरदा परत गेली. वेदवती आणि सुकन्या सौधावरच बसून होत्या.

''वेदवती, तातांनी महामुनींच्या आज्ञेला स्वीकृती तर दिली. पण माझ्याच्याने हे कसे निभावेल? महर्षींचे वय किती असेल?''

''ऋषींचे वय सांगणे अवघड असते सखी. त्यांना सामान्य कालगणना लागू होत नाही. त्यांच्या संमतीशिवाय त्यांना यमदेवही स्पर्श करू शकत नाही. गेली तीनशे वर्षे तर ते या साधनेतच होते.

''सखे, तू चिंता करू नकोस. तुला शास्त्रात, विज्ञानात चांगली गती आहे. तुला संसार कसा चालवावा, याचे उपजतच ज्ञान आहे. तू संभाषणचतुर आहेस. पूजापाठ कसा करावा हे तुला ज्ञात आहे. संस्कृत आणि प्राकृत तुला बोलता येतात. तू सुदृढ आहेस. त्यामुळे आश्रमाच्या आयुष्यात तू सामावून जाशील.

''राजाची कन्या किंवा राजपत्नी म्हणून मिळणाऱ्या मानाला तू मुकशील; पण गुरुपत्नी आणि ऋषिभार्या म्हणून तुला अनेकपट मान मिळेल. आज तू मनुष्यांच्याच सहवासात आहेस, पण उद्या तू देवतांशी पण संवाद साधशील.''

दुसऱ्या दिवशी सूर्योदयाच्या आधीच सुस्नात होऊन वेदवतीला बरोबर घेऊन सुकन्या विश्वंभरमुनींच्या आश्रमात गेली.

''मुनिवर, मी शर्याती राजाची दुहिता, सुकन्या, आपल्याला प्रणिपात करीत आहे.''

''आयुष्मती भव! इंद्राची कुठलीही अप्सरा च्यवनऋषींना मोहात पाडू शकली नसती. ते तू करून दाखवलेस. तुझे कल्याण असो.''

''मुनिवर, आपला आणि स्वामींचा पुष्कळ शतकांचा संवाद आहे. पण मी अभागी आहे. जे माझे पती होणार आहेत, त्यांना मी अजून पाहिलेले नाही. माझ्या धृष्टतेबद्दल क्षमा असावी महामुनी; त्यांच्या दर्शनाची आशा बाळगून मी येथे आले

आहे.''

''सुकन्ये, मुनिवरांनी तुझ्यात काय पाहिले, हे मला आता उमजते आहे. त्या पर्णकुटीत च्यवनभार्गव विराजमान आहेत. तू नि:शंकपणाने पदार्पण कर.''

पर्णकुटीच्या दारातून सुकन्या च्यवनभार्गवांना बघत राहिली. तीन शतकांच्या अनशनामुळे त्यांचे शरीर सुकलेले होते. एका आंतरिक तेजाने मुनींचे शरीर झळाळत होते. राजकन्या असल्यामुळे सुकन्येला सर्व सुगंधी द्रव्ये परिचित होती. पण इथे दरवळणारा मंद गंध अवर्णनीय होता.

पूजासाहित्य खाली ठेवून सुकन्येने साष्टांग प्रणिपात केला.

''सुकन्ये, तुझे कल्याण असो. तुझ्याच प्रतीक्षेत आम्ही होतो.''

''स्वामी, आपली प्रज्ञा इतकी प्रबल आहे, की आपल्याला चक्षूंची गरज लागत नाही. पण मी एक सामान्य स्त्री आहे. आपल्या डोळ्यांना माझ्यामुळे इजा झाली, ह्या गोष्टीची मला लज्जा वाटते, खंत वाटते. मी आपली अपराधी आहे.''

''सुकन्ये, हे जग म्हणजे परमेश्वराची माया आहे. आपले बाह्यशरीर हे त्या मायेचे एक रूप आहे. तू जेव्हा स्वत:च्या अंतरंगात पाहायला शिकशील, तेव्हा तुला ह्या बाह्यरूपाचा विसर पडेल.''

''स्वामी, आपण म्हणता ते सत्य आहे. पण या क्षणी मी एक मायामोहित बालिका आहे. मला माझे स्वामी नेत्रहीन नको आहेत.''

''प्रिये, तुझ्या मनात जी शक्ती आहे, ती वापरून तू माझे नेत्र मला परत करू शकतेस.''

''स्वामी, आपण विनोद करत आहात.''

''नाही प्रिये, मी विनोद करत नाही. मी असत्य बोलत नाही. माझ्यावर आणि स्वत:वर विश्वास ठेव.''

सुकन्येने च्यवनऋषींकडे पाहिले. त्यांचा नेत्रहीन चेहरा मनात साठवला. मग डोळे मिटून तिने त्यांचा चेहरा सनेत्र केला. तिने डोळे उघडले तेव्हा मुनींच्या चेहऱ्यावर मंदस्मित होते. त्यांचे तेज:पुंज काळेभोर डोळे सुकन्येला न्याहाळत होते.

''देवी, माझे नेत्र मला परत दिल्याबद्दल धन्यवाद.''

''स्वामी, ब्रह्मदेवाचे पौत्र आपण आहात. ही सगळी आपलीच माया आहे.''

काही क्षण शांततेत गेले. मग सुकन्या म्हणाली,

''स्वामी, मी एक अज्ञ बालिका आहे. राजगृही वाढल्यामुळे बाह्यजगाचे मला ज्ञान नाही. माझ्या मनात काही शंका आहेत. क्षमा असेल तर विचारते.''

''सुंदरी, तू माझी वधू आहेस. तू अवश्य प्रश्न विचार.''

"स्वामी आपण मानव आहात. मानवाचे आयुष्य शंभर वर्षांचे असते. हा नियम ऋषिमुनींना लागू पडत नाही का? आपण आताच तीनशे संवत्सर ध्यानमग्न होतात. वेदवती म्हणते, की आपण तीन सहस्र संवत्सरे पृथ्वीतलावर आहात. ऋषींना कालापासून अभय असते का?"

"देवी, काल हा प्रवाही आहे. पृथ्वीवरचा प्रत्येक जीव या प्रवाहात बिंदुरूपाने गतिमान असतो. जर एखादा बिंदू पाण्याबरोबर वाहायचा थांबला, तर जणूकाही काल त्याच्यासाठी थांबतो. त्यामुळे लौकिक दृष्ट्या जरी माझे वय तीन सहस्र संवत्सर असले, तरी मानवांच्या गणनेने माझे वय पन्नास संवत्सर असेल.

"हे सहजसाध्य आहे. तुला हे अवश्य सिद्ध होईल. मग आपला संसार आणिक सहस्र वर्षे चालत राहील."

●●●

शर्यातीकन्या सुकन्या आणि भृगुनंदन ऋषी च्यवनभार्गव यांचा विवाह विश्वंभर ऋषींच्या आश्रमातच झाला. महर्षी विश्वामित्रांनी विवाहमंत्र म्हटले.

राजप्रासादातून आलेल्या सुकन्येला आश्रमात रुळायला वेळ लागला नाही. अविश्रांत सेवा करून तिने पतीचे मन जिंकून घेतले.

माहेरला अंतरलेल्या सुकन्येला आई मिळाली ती सुशीलेच्या, विश्वंभर मुनींच्या पत्नींच्या, रूपाने. त्यांच्या मायेची पाखर सुकन्येला ऊब देत राहिली. सुशीलेला वैद्यकीय जाण होती. काही दुखलेखुपले, की सुकन्या त्यांच्याकडे जायची.

लग्नानंतर दोन संवत्सरे लोटली. सकाळीच पोटात हलकी कळ आली म्हणून सुकन्या सुशीलेकडे गेली. तिला तपासल्यावर सुशीलेच्या चेहऱ्यावर स्मित पसरले.

"सुकन्ये, आजवर तू एक बालिका होतीस. आता तू स्त्री बनायची घटिका जवळ आलेली आहे. आता केव्हाही तुला रजोदर्शन होईल. चार दिवसांनंतर तू ऋतुस्नात होशील. ऋतुमती झालीस, की पाच दिवसांनंतर आम्ही तुझा गर्भाधान विधी करू. त्या दिवशी तू संपूर्ण रूपाने च्यवनऋषींची पत्नी होशील. च्यवनऋषींचा वंश वाढवायचे उत्तरदायित्व तुझ्यावर आता येणार आहे."

शरीरशास्त्र शिकताना सुकन्या हे शिकली होती; पण आपण आता त्या अनुभवातून जाणार, या विचाराने ती सुखावली, शहारली.

संध्याकाळच्या संध्येची तयारी करून देताना सुकन्या म्हणाली, "आता स्वामींच्या दर्शनाला मी चार दिवस मुकणार."

"का देवी, आपण मातृगृही जाणार आहात काय?"

"स्वामी या आश्रमात आणि आपल्या सहवासात गेल्या दोन संवत्सरांत मला

मातृगृहाची आठवणच आलेली नाही. पण माता सुशीलेने मला सांगितले, की उद्यापासून चार दिवस मला मातृकापूजनात घालवायचे आहेत. आणि त्या पूजनानंतरच मी सर्वार्थांनी स्वामींची सहचारिणी होऊ शकेन.''

''देवी, आज आम्ही फार प्रसन्न आहोत. आज काय हवा तो वर मागा.''

''स्वामी, आपल्या भार्येला या जगात आणखी मिळण्यासारखे काय असू शकते?''

''प्रिये, आम्ही मिथ्या भाषण करत नाही. आज आपण एक वर मागावा, ही आमची आज्ञा आहे.''

सुकन्या दोन क्षण स्तब्ध राहिली. मग म्हणाली,

''स्वामींना स्मरत असेल, माझ्या हट्टासाठी स्वामींनी नवीन नेत्र तयार केले होते. आज तसाच आणखी एक हट्ट करणार आहे.''

''सांगा, देवी. आम्ही आपला शब्द ऐकायला आतुर आहोत.''

''स्वामी, आपली प्रज्ञा अपार आहे. आपल्या विद्वत्तेची प्रशंसा साक्षात आपले पितामह ब्रह्मदेव करतात. परंतु...''

''परंतु काय? देवी, सांगा. आम्ही आपली आज्ञा ऐकायला आतुर आहोत.''

''स्वामी आपल्या दीप्तिमान नेत्रांना साजेसे आपले शरीर असावे. हे जराजर्जर शरीर सोडून देऊन आपण नवीन सुदृढ शरीर धारण करावे.''

''देवी, ब्राह्मणाचे दृश्यशरीर महत्त्वाचे नसते. त्याचे ब्राह्मण्य महत्त्वाचे असते. पण आपली आज्ञा झाली आहे, तर तिचे आम्ही अवश्य पालन करू.''

''मी धन्य आहे, स्वामी.''

च्यवनमुनींना वंदन करून सुकन्या अंतर्गृहात गेली.

प्रातःकृत्ये आटपून च्यवनऋषी महामुनी विश्वामित्रांच्या दर्शनाला गेले. अर्घ्य, पाद्य, मधुपर्क अर्पण करून त्यांनी विश्वामित्रांना प्रणाम केला.

''कल्याणमस्तु, मुनिवर. सर्व कुशल आहे ना?''

सुकन्येच्या हट्टाचा उल्लेख च्यवनांनी केला. विश्वामित्र विचारात पडले.

''भार्गव, चार दिवसांत हा चमत्कार घडवायची शक्ती फक्त अश्विनीकुमारांच्यातच आहे. अश्विनीकुमार सूर्यपुत्र आहेत. नासत्य आणि दस्त्र नावाचे ते जुळे भाऊ आहेत. ते नेहमी बरोबर राहतात. देववैद्य धन्वंतरी यांच्याकडे त्यांनी आयुर्वेदाचे अध्ययन केले आणि नंतर साक्षात ब्रह्मदेवांकडे त्यांनी ते अध्ययन पूर्ण केले. नवनवीन औषधांच्या शोधात ते पृथ्वीतलावर फिरत असतात.

''हे भार्गव, तुम्ही त्यांचे आवाहन करा. ते तुमची कामना पूर्ण करतील.''

●●●

च्यवनऋषींच्या आवाहनाला प्रतिसाद देऊन अश्विनीकुमार अवतरले. त्या तेज:पुंज देवकुमारांना ऋषींनी वंदन केले.

''मी भृगुनंदन च्यवनभार्गव सूर्यपुत्र अश्विनीकुमारांना प्रणाम करतो.''

''आम्ही सूर्यपुत्र दस्त्र आणि नासत्य, महर्षी च्यवनभास्करांना वंदन करतो. महर्षी आज आपण आम्हाला का आवाहन केलेत?''

''कुमारहो, मानवाच्या गणनेने माझे शरीर तीन सहस्र संवत्सर इतक्या वयाचे आहे. स्वभावत: ते जर्जर दिसते. मला युवकसदृश शरीर हवे आहे. माझा कायाकल्प करून घेण्यासाठी मी आपल्याला आवाहन केले आहे.''

''किन्तु ऋषिवर. आपले तप:सामर्थ्य इतके आहे, की हे क्षुद्र काम आपण क्षणार्धात करू शकता.''

''हे देवकुमार, मी माझा कायकल्प स्वत: करू शकतो. पण स्वहितासाठी किंवा इतरांना शाप देण्यासाठी संचित तपोबलाचा व्यय करू नये, अशी शिकवण पितामह ब्रह्मदेवांनी मला दिलेली आहे.''

''पण मुनिवर, कुठल्याही कामात व्यय हा होणारच. पुरोहिताला यज्ञकर्मासाठी बोलावलेत, तर त्याला दक्षिणा देणे योग्य आणि प्राप्तच असते. तशीच परिस्थिती वैद्याची असते, गुरुवर.''

''मी एक आश्रमवासी ऋषी आहे. देवकुमारांनो, माझ्या शक्तीनुसार मी तुम्ही मागाल ती दक्षिणा देईन.''

''मुनिवर, आम्ही देवपुत्र आहोत. देवांना जे अधिकार आहेत, ते आम्हाला मिळायला हवेत. पण देवराज इंद्र ते आम्हाला मिळू देत नाहीत.''

''कुठले अधिकार, कुमारांनो?''

''मुनिवर, या पृथ्वीवर रोज अनेक यज्ञ होतात. अग्निदेव त्यांना दिलेले हविर्भाग इष्ट देवतांना पोचवतात. इतर देवांना सोमाचा अभिभाग मिळतो. पण असा सोमाभिभाग आम्हाला देऊ नये, असा नियम देवराज इंद्राने घालून दिलेला आहे. मुनिवर, त्यामुळे देवमंडळात आम्ही दुय्यम दर्जाचे ठरतो.''

''कुमारांनो, सोमवल्ली तर जागोजागी मिळते. देवच काय, पण ऋषिमुनीही सोमपान करतात. मग आपण सोमपान करू शकत नाही ते कसे?''

''मुनिवर, इतरांसारखे सोमपान आम्हीही करू शकतो. नव्हे, आम्ही करतोच. औषधांच्या शोधानंतर आम्हाला सोमपानाने तरतरी येते. पण आम्हाला यज्ञीय सोम मिळत नाही. प्रश्न सोमाचा नाही; मुनिवर. प्रश्न देवमंडळातल्या प्रतिष्ठेचा आहे.

''ऋषीवर, आम्ही आपला कायाकल्प करून देतो. पण दक्षिणा म्हणून आपण

यज्ञ करून आम्हाला सोमाचा अभिभाग दिला पाहिजे.''

''कुमारांनो, आपण सूर्यपुत्र आहात. माता संज्ञा आणि मार्तंड यांनी अश्वरूपात केलेल्या क्रीडेतून आपला जन्म झालेला आहे. देवमंडळात आपल्याला आसने दिलेली आहेत. देव असल्यामुळे आपण हविर्भागाचे अधिकारी आहातच. मी अवश्य सोमयाग करीन आणि क्रमानुसार आपल्या दोघांचेही हविर्भाग अग्निदेवांच्या स्वाधीन करीन.''

''आपण धन्य आहात मुनिवर. आम्ही सर्व सिद्धता करून उद्या प्रात:काळी येथे येतो. कायाकल्पाला चार दिवस लागतील. त्या अवधीत आपल्याला पार्थिव पूजा करणे शक्य होणार नाही. आराध्यदेवतांचे मानसपूजन मात्र करावे लागेल.''

दुसऱ्या दिवशी सूर्यदेवांच्या आगमनाच्या आधीच सूर्यपुत्र आश्रमात येऊन सिद्धतेला लागले होते. चुलीवर ठेवलेल्या तांब्याच्या घंगाळात पुष्कळशा औषधी उकळत होत्या.

''मुनिवर, आपला कायाकल्प चार दिवस चालेल. या प्रक्रियेला रसधातूंचे बृहण अशी संज्ञा आहे. पहिल्या दिवशी त्वचा आणि रक्त यांचे संवर्धन होईल. दुसऱ्या दिवशी मांस आणि मेद. तिसऱ्या दिवशी अस्थी आणि मज्जा यांचे आणि शेवटच्या दिवशी शुक्र आणि ओजाचे.

''कवचबीज, अश्वगंधा, शतावरी, विदारीकंद आणि श्वेत मुसळी घालून सिद्ध केलेले हे दूध आपण प्राशन करावे.''

निर्वस्त्र च्यवनमुनींना कुमारांनी त्या द्रावणात बसवले. उकळत्या द्रावणात मुनी पूर्ण बुडून गेले. सूर्यास्तानंतर कुमारांनी मुनींना बाहेर काढले. आवळ्याच्या रसात सुंठ, यष्टिमधु, गुडूची, मुस्ता, पिंपळी आणि हरितकी घालून केलेले पेय ऋषींनी प्राशन केले.

चार दिवस हा प्रकल्प चालला.

कायाकल्प पूर्ण झाला तेव्हा विश्वामित्र आणि विश्वंभर च्यवनांच्या आश्रमात आले. आश्विनीकुमारांनी त्यांना लवून प्रणाम केला.

विश्वामित्रांनी च्यवनऋषींकडे प्रश्नार्थक मुद्रेने पाहिले. च्यवनांनी त्यांना प्रणाम केला.

''ब्रह्मर्षी विश्वामित्र, भृगुनंदन च्यवन आपल्याला वंदन करतो आहे.''

''स्वस्ति, मुनिवर. आपले कल्याण असो. अश्विनीकुमारांनी त्यांची विद्या प्रमाण करून दाखवली. मुनिवर, आपण आज नवतरुण दिसत आहात.''

अश्विनीकुमार म्हणाले,

''मुनिवर, कायाकल्पाचे शेवटचे चरण म्हणून आपल्याला नर्मदास्नान करायला

जायचे आहे.''

नर्मदेला प्रणाम करून च्यवन आणि अश्विनीकुमार नदीच्या प्रवाहात उतरले. कुमारांनी दोन्ही बाजूंनी च्यवनांचे हात धरले आणि मंत्रजप करीत तिघेही पाण्याच्या खाली गेले.

ते तिघे पाण्याच्या बाहेर आले, तेव्हा काठावर उभे असलेले विश्वामित्र आणि विश्वंभर चकित झाले. अश्विनीकुमार जुळे होते. पण समोर उभे असलेले तिळे अश्विनीकुमार दिसत होते. पीळदार शरीरे, चमकदार कांती, तेजस्वी डोळे, मानेवर रुळणारे केस. त्या तिघातले च्यवनऋषी कोणते ते सांगणे अवघड होते.

तिघांनी विश्वामित्रांना प्रणिपात केले. विश्वामित्रांनी हात उभारून त्यांना आशीर्वाद दिले. ते सर्वजण च्यवन मुनींच्या आश्रमाच्या दाराशी पोचले, तेव्हा ऋतुस्नात सुकन्या तुळशीची पाने खुडत होती. विश्वामित्र पुढे झाले. सुकन्येने त्यांना प्रणिपात केला.

''पुत्री, तुझे कल्याण असो. हे तीन नवतरुण पाहा. यातला एक तुझा पती आहे. ओळखू शकतेस त्याला?''

''महामुनी, आपण या बालिकेची थट्टा करत आहात. च्यवनऋषींना सर्वस्व वाहिलेली मी त्यांची भार्या आहे. ते दृश्य असोत की अदृश्य असोत. ते कुठल्याही छद्‌मरूपात असोत. मी त्यांना ओळखणार नाही असे कसे होईल?''

नवतरुण रूपात असलेल्या च्यवनऋषींपाशी जाऊन अवनत होऊन सुकन्या उभी राहिली.

''साधु, साधु. सुकन्ये, तू अत्रिपत्नी अनसूयेच्या पंक्तीतली आहेस. तुझी पतिनिष्ठा अपार आहे.''

''मुनिवर, फलाहार सिद्ध केलेला आहे. कुटीत येण्याचे करावे.''

अपूप आणि क्षीर स्वादिष्ट बनले होते. पण आश्विनीकुमारांनी त्यांना हात लावला नाही. त्यांना च्यवनमुनींनी आग्रह केला तेव्हा ते म्हणाले,

''मुनिवर, सोमाचा हविर्भाग घेण्याची आमची इच्छा इतकी बलवत्तर झालेली आहे, की आम्हाला दुसरा आहार सुचतच नाही.''

च्यवनमुनी विश्वामित्रांना म्हणाले,

''ब्रह्मर्षी, मी उदईक प्रात:काळी सोमयाग करायचा संकल्प सोडला आहे. आपण त्याचे अध्वर्यू व्हावे, अशी मी प्रार्थना करतो.''

''अवश्य. आपण आज यागाची सिद्धता करा. सोमवल्ली घेऊन या. रस करण्याची साधने आणा. मुनि विश्वंभर मला यज्ञात साहाय्य करतील.''

आजूबाजूच्या आश्रमातील सर्व ऋषी आणि त्यांचे शिष्य यज्ञाला उपस्थित

होते. राजा शर्याती त्याच्या परिवारासह आला होता.

●●●

याग सुरू झाला. देवतांचे आवाहन झाले. अग्निदेव यज्ञकुंडात प्रविष्ट झाले. पहिला हविर्भाग इंद्राला दिला. इंद्राने प्रत्यक्ष प्रकट होऊन त्याचा स्वीकार केला. आणि मग च्यवनमुनींनी अश्विनीकुमारांना सोमपानाचे आमंत्रण दिले. ते जुळे भाऊ अवतीर्ण झाले.

"ऋषिवर, आपण हे काय करीत आहात? हे अश्विनीकुमार सोमाच्या हविर्भागाचे अधिकारी नाहीत."

"देवेंद्र, आपण असे का म्हणता? हे सूर्याचे पुत्र नाहीत का? हे देवगणात धरले जात नाहीत का?"

"महामुनी, हे देवकुळात अवश्य जन्मलेले आहेत. परंतु यांचे आचरण देवांप्रमाणे नाही. हे पृथ्वीवर नित्य राहतात. वनस्पती शोधतात. त्यांची रसायने बनवतात. यामुळे त्यांना खऱ्या अर्थाने देव म्हणता येणार नाही."

"देवेंद्र, आपल्या बोलण्याचे मला आश्चर्य वाटते. जर सूर्य, अग्नी, मरुत हे देव लोककार्य करतात, तर ह्या कुमारांनी केलेले कार्य त्यांची पदावनती का करते?"

"ही कामे त्यांना साक्षात श्रीविष्णूंनी नेमून दिलेली आहेत. पण हे कुमार स्वच्छंदी आहेत. त्यामुळे त्यांना देवसमूहात सोमपानाचा अधिकार नाही."

"हे इंद्रा, तुझे तर्कशास्त्र मला समजत नाही. एक ऋत्विज या नात्याने कुणाही देवाला हविर्भाग द्यायचा मला हक्क आहे. मी अश्विनीकुमारांना आमंत्रित केलेले आहे आणि मी त्यांना सोमरसाचा हविर्भाग देणारच."

इंद्रदेव संतप्त झाले.

"च्यवना, मी इंद्र आहे. मी देवराज आहे. सोमाचा हविर्भाव स्वीकारण्याची लायकी कुठल्या देवाची आहे, ते मीच एकटा ठरवणार. य:कश्चित मानवाला माझ्या निर्णयात हस्तक्षेप करता येणार नाही. आणि जर तू तुझ्या हट्टापासून परावृत्त झाला नाहीस, तर मी तुझा वध करीन."

इंद्राने उजवा हात वर केला. अतिभीषण वज्र त्याच्या हातात आले. त्या वज्राचा प्रखर प्रकाश सगळ्या आसमंतात फाकला. पृथ्वीवर एकच हाहाकार उडाला. देव, यक्ष, किन्नर, गंधर्व यांची आकाशात दाटी झाली.

इंद्राने वज्र उगारले. वटारलेल्या डोळ्यांनी तो च्यवनऋषींकडे बघत राहिला.

हे इंद्रा, तुला श्रीविष्णूंनी देवांचा अधिपती का केले ते ध्यानात घे. आपल्या प्रत्येक प्रजाजनाचे हित सांभाळायचे दायित्व राजाला असते. देवांचे आणि मानवांचे

हित करण्यासाठी जे आपले आयुष्य वेचीत आहेत, अशा या कुमारांना तू जी वागणूक देतो आहेस, ती सर्वथा अयोग्य आहे.

''आणि तपोघन ऋषी देवांनाही वंदनीय असतात. साक्षात भगवान विष्णूंना संतप्त श्रीवत्सऋषींनी लत्ताप्रहार केला होता आणि त्या प्रहाराचे चिन्ह श्रीविष्णू आपल्या वक्षःस्थलावर सतत वागवतात, हे तुला विदित नाही? हे उद्दाम इंद्रा, तू मला काय शासन करणार? तुलाच शिक्षा करायची वेळ आज आलेली आहे.''

च्यवनऋषींनी दोन्ही बाहू उभारून स्तंभनमंत्र म्हटले. इंद्राचे चलनवलन थांबले. एखाद्या पाषाणशिल्पासारखा इंद्र स्तंभित झाला. पण च्यवनांचा कोप शमला नव्हता. त्यांनी आपला एक केस उपटला आणि मंत्रून तो यज्ञकुंडात टाकला. उसळत्या अग्नीच्या लोळाबरोबर एक भयानक आकृती अवतरली.

भीषण मुख, कराल दंत, तीक्ष्ण नखे अशा स्वरूपाच्या महाकाय राक्षसाने सर्व ब्रह्मवृंदाला नमन केले. च्यवनमुनींकडे पाहून तो म्हणाला,

''मी मद नावाचा राक्षस आपल्या पित्याला अभिवादन करतो आहे. काय आज्ञा आहे?''

''मदा, या उद्दाम देवेंद्राला त्याच्या वज्रासकट भक्षण कर.''

विकट हास्य करीत मद इंद्राच्या दिशेने पुढे झाला.

विश्वामित्रांनी हाताच्या एका इशाऱ्याने त्या राक्षसाला थोपवले.

''हे भार्गवा, जसा अतिरेक देवेंद्र करीत होता, तसाच अविचार आपणही करीत आहात. देवांपेक्षा ऋषी श्रेष्ठ आहेत, हे सत्य देवेंद्राला आता निश्चितच विदित झालेले आहे. मग त्याच्या हत्येचे पातक आपण का घेता आहात? आपण देवेंद्राला मुक्त करावे, अशी मी प्रार्थना करतो.''

च्यवनमुनीचा राग ओसरला. त्यांनी स्तंभनमंत्राचा उपशम केला. इंद्रदेवाला चालना मिळाली. हातातील वज्र खाली ठेवून त्याने च्यवनमुनींना साष्टांग नमस्कार घातला.

''मुनिवर, मी आपली क्षमा मागतो. रागाच्या भरात मी अयोग्य वागलो, मी समस्त ब्रह्मवृंदाचा अपमान केला. मला क्षमा करा. या राक्षसापासून मला वाचवा.''

''देवेंद्रा, अश्विनीकुमारांचे काय?''

''मुनिवर, आजपासून अश्विनीकुमारांना इतर देवतांचे सर्व मान मिळतील. त्यांना सोमरसाचा हविर्भाग प्राप्त करण्याचा पूर्ण अधिकार आहे.''

''ठीक आहे. आपणही कुमारांसमवेत सोमपान करावे.''

''पण भगवन हा राक्षस...''.

‘‘देवेंद्र, चिंता करू नका. ह्या राक्षसवृत्तीचे मी आता चार भाग करतो. हे चार भाग मी चार ठिकाणी ठेवतो. द्यूतक्रीडा, मृगया, मद्य आणि स्त्री यांच्या ठिकाणी यापुढे मदाचा वास राहील. आणि या चार जागी ज्यांचा संयम राहणार नाही, त्यांना ग्रस्त करायची अनुज्ञा मी या राक्षसाला देत आहे.’’

‘‘साधु, साधु,’’ आकाशातून बघणाऱ्या देवांनी, यक्षकिन्नरांनी च्यवनमुनींवर पुष्पवृष्टी केली.

●●●

सूर्य अस्ताला गेला. सर्व आश्रमात मंद दीप तेवू लागले. कामदेवाच्या अस्तित्वामुळे एक अनाकलनीय सुगंध सगळीकडे पसरला. देवी सुशीलेने सुकन्येला फुलांचा शृंगार करून च्यवनमुनींच्या शयनगृहापाशी आणले. लाजून चूर होऊन, अधोमुख सुकन्या ऋषींच्या समीप उभी राहिली.

‘‘प्रिये, ये. अशी समीप ये.’’

मुनींच्या बलदंड कवेत सुकन्या विसावली.

‘‘आज स्वामींची प्रशंसा तिन्ही जगांत होत आहे. प्रत्यक्ष देवेंद्रांना ज्ञान शिकवणे हे सामान्य कृत्य नव्हे.’’

‘‘देवी, हे आम्ही केले नाही. हे तर तुम्ही घडवून आणले. तुमचा स्त्रीहट्ट नसता, तर आम्ही कायाकल्प करून घेतला नसता, आणि अश्विनीकुमारांना सोमपान मिळाले नसते. खरोखर ब्रह्मा, विष्णू आणि महेश यांना लहान बाळे बनवणाऱ्या साध्वी अनसूयेच्या पंक्तीला आपण शोभाल.

‘‘देवी, आज आम्ही आपल्यावर प्रसन्न आहोत. आपल्या मनात असेल तो वर मागावा.’’

आपले लज्जावनत मुख वर करून सुकन्या म्हणाली,

‘‘स्वामी, एकच वर मागते. आपल्यासारखाच चंडप्रतापी, महापराक्रमी पुत्र मला हवा आहे.’’

‘‘मग विलंब का देवी? आपली मनोकामना आम्ही आताच पूर्ण करतो.’’

तीन हजार वर्षे वयाचे च्यवनमुनी आणि पंधरा वर्षे वयाची सुकन्या यांचा प्रणय रंगला.

५.
अघोर

पोलिस स्टेशनमधून मी बाहेर पडलो, तेव्हा संध्याकाळ दाटली होती. तिरुअनंतपुरम्चा उकाडा, इन्स्पेक्टर सदाशिव पिल्लेची दिवसभर चाललेली प्रश्नांची सरबत्ती, काही न खाल्ल्याने पोटात पडलेला खड्डा, यामुळे विचार करायची शक्तीच मी हरवून बसलो होतो.

धूळ उडवत, हॉर्न वाजवत, एकमेकांशी चढाओढ करत वेगाने जाणाऱ्या वाहनांतून वाट काढत मी रस्ता ओलांडला. 'फॅमिली रेस्टॉरंट अँड बार' अशी पाटी पाहून त्या अवस्थेतही गंमत वाटली. आत शिरलो. मंद प्रकाश, थंड हवा, जरा हलके वाटले. थंड बीअरचा पहिला ग्लास एका श्वासात खाली गेला. बाटलीतली उरलेली बीअर ग्लासात ओतून बेअरर निघून गेला. थोड्या अंतरावर लक्ष ठेवून उभा राहिला.

आपण ''आपण'' आहोत ही जाणीव आपल्याला सारखी होत नसते. ''मी'' पणाची जाणीव कायम असते, पण त्याला चिकटलेली बिरुदे मात्र जाणवत नाहीत. म्हणजे, आपल्याला कुणी हाक मारली, तर जाणीव होते; पण तिच्या पातळ्या वेगवेगळ्या असतात. बायको ''अहो'' म्हणाली, तर एक पातळी, ऑफिसमधला सहकारी 'अरे जोशी' म्हणाला की जरा वरची पातळी आणि क्लायंटकडे ऑडिटला गेलो, की आपण एका सी.ए. फर्मचे पार्टनर आहोत, अशी आपल्या व्यक्तिमत्त्वाची जाणीव होते. पण आपली स्वतःची झाडाझडती क्वचितच घेतली जाते. त्याच्यासाठी पोलीस स्टेशनमधल्या मुरब्बी अधिकाऱ्यासमोर बसावे लागते आणि त्याचा संदर्भ असावा लागतो एखादे सीरियस प्रकरण. खून किंवा मनुष्यवध.

आज दिवसभर मी नंदनच्या मृत्यूमुळे पोलिस स्टेशनवर होतो. माझ्या आणि नंदनच्या आजवरच्या आयुष्याचा पट तिथे उघडला गेला होता.

''व्हॉट इज युवर नेम?''

"व्हॉट ईज युवर प्रोफेशन?"

"व्हॉट वॉज दि डिसीज्ड पर्सन्स नेम?"

"हाऊ लाँग डिड यू नो दि डिसीज्ड?"

नाव? व्यवसाय? मयताचे नाव? मयताशी ओळख किती दिवसांची?

मी आनंद जोशी. जोशी आणि पाटकर चार्टर्ड अकाउंटंट्स फर्मचा सीनियर पार्टनर. नंदन पाटकर हा दुसरा पार्टनर. फर्म नवीनच आहे. म्हणून आम्ही दोघेच काम करतो. आर्टिकल्ड क्लार्क्सना टूरवर नेत नाही. चार दिवसांपासून आम्ही तिरुअनंतपुरमला इंडियन बँकेच्या एका शाखेचे ऑडिट करत होतो.

माझी आणि नंदनची ओळख जन्मापासूनची. आम्ही दोघेही एकाच दिवशी एकाच हॉस्पिटलमध्ये जन्मलो. एकाच इमारतीत, एकाच मजल्यावरच्या समोरासमोरच्या फ्लॅटमध्ये राहिलो. आम्ही एकाच दिवशी पोरके झालो. एका रेल्वेच्या अपघातात माझी आई आणि नंदनचे वडील वारले. त्याच्या आईने मला पाखर घातली. माझ्या वडिलांनी त्याचा सांभाळ केला.

आम्ही कायम एकत्र असायचो. बरोबर खेळायचो. अभ्यास करायचो. वर्गात पहिल्या पाचांत असायचो.

आम्ही जेवढे सारखे होतो, तेवढेच आम्ही वेगळे होतो. माझा आवडता खेळ फुटबॉल. नंदन बुद्धिबळ खेळायचा. मला चांगले कपडे घालायची आवड आहे. नंदन कपड्यांच्या बाबतीत गबाळा. मला मुलामुलींच्यात बसायची हौस, तर नंदन अगदी एकलकोंडा होता.

आम्ही कॉलेजमध्ये बरोबर गेलो. ग्रॅज्युएट झालो. चार्टर्ड अकाउंटंट्स झालो आणि पार्टनरशिप फर्म उघडली. पुढल्या महिन्यात मी तीस वर्षांचा होईन. नंदन जिवंत असता, तर आम्ही एकत्र सेलेब्रेट केलं असतं.

आम्ही दोघेही बॅचलर्स. तीस म्हणजे काही लग्नाचं वय नाही. हे वय असतं काम करायचं. पैसे कमवायचं. आपली करीयर एस्टाब्लिश करायचं. लग्न झालं की या सगळ्याला ब्रेक लागतो. रेसचा घोडा जेवढा चांगला, तेवढा त्याला हँडिकॅप जास्त लागतो. हेतू हा, की त्याचा वेग कमी व्हावा.

लग्न करायचा एकच ॲडव्हांटेज. तो म्हणजे सेफ सेक्स. गॅरंटीड सेक्स. पूर्वी सेक्स आफ्टर मॅरेज अशीच रूढी होती. आताचं घोषवाक्य म्हणजे एनी टाइम सेक्स. अगदी एनी टाइम मनीसारखं. आणि मुंबईला तर हे आणखीनच खरं असतं.

शाळेच्या सायन्सच्या पुस्तकातले स्त्रीच्या प्रजोत्पादक अवयवांचे ड्रॉइंग अगदी फसवे असते. झडलेले पंख पसरलेल्या पक्ष्यासारखं काहीतरी दिसते ते.

आमच्या अपार्टमेंट ब्लॉकमध्ये राजू गंगवानी राहायचा. त्याच्या डॅडींकडे पॉर्न व्हिडिओंचा मोठा साठा होता. तिथे स्त्रीशरीर आणि सेक्सचे धडे आम्ही शिकलो.

आईबाप घरी नसताना मिसरूड फुटलेली पोरं काय बघतात, याची कल्पना सगळ्या सोसायटीवाल्यांना होतीच. सहाव्या मजल्यावर मिस इराणी राहायच्या. पन्नाशीला आलेली पण रसरशीत बाई होती. कुठल्यातरी हॉस्पिटलमध्ये ती नर्स होती. एकटी राहायची. तिला नेहमी काहीतरी काम पडायचे. कधी फर्निचर हलवण्याचं, किंवा भिंतीवर लावलेले फोटो बदलण्याचं. मग सोसायटीतल्या एखाद्या तरुण मुलाला ती बोलवायची. तिथे एक-दोन खुर्च्या हालवायला दोन तास सहज निघून जायचे.

लाइव्ह सेक्सचे धडे आम्ही तिथेच गिरवले.

पैसे खर्च न करता विविध प्रकारचं सेक्स एंजॉय करायला मुंबईसारखी जागा नाही. रेल्वेच्या पासच्या पाकिटात एक कॉंडोम ठेवण्याची सवय तेव्हापासूनच लागली. आमच्या आईबापांनी म्हणजे माझ्या बाबांनी आणि नंदनच्या आईने आम्हाला मुक्तद्वार ठेवलं होतं. त्यांचं एकमेकांशी वागणं पण अगदी मोकळंढाकळं होतं. ''तुमचे आईबाबा कधी लग्न करणार आहेत?'' असा कुचका प्रश्न ऐकायची आम्हाला सवय झालेली होती. पण उघडउघड चारचौघांत किंवा अगदी आमच्या समोरसुद्धा त्यांच्या जवळिकीची चाहूल लागू नये, अशी ते खबरदारी घेत.

सेक्सशिवाय आम्हाला दुसरा छंद नव्हताच. आम्ही सिगारेट पीत असू, दारू पीत असू ते फक्त मैफिलीचा भंग होऊ नये म्हणूनच. आम्ही दोघेजण पुष्कळदा सेक्सबद्दल बोलत असू. नवनवीन अनुभव शेअर करत असू; दुसऱ्या पार्टीची नावं घ्यायची नाहीत, हे पथ्य आम्ही कटाक्षाने पाळायचो.

लग्न करायचे असेल तर बायको कशी हवी, याची प्रत्येकाची स्पेसिफिकेशन्स असतात. उंच, गोरी, सडपातळ, शिकलेली, देखणी, श्रीमंत, कलावंत अशीच बायको प्रत्येकाला हवी असते. पण कॅजुअल सेक्समध्ये अशा अपेक्षा बाळगून चालत नाही. मी स्वत: कॉलेजकुमारी आणि तरुण आजी असा फरक कधीच केला नाही. पण नंदन वेगळा होता. त्याने जुनी संस्कृत काव्ये आणि नाटके वाचलेली होती. त्यांतल्या नायिकांच्या वर्णनाने तो चाळवला जायचा. भारतीय पौराणिक नायिका स्टिरिओटाइप असतात. पीनपयोधरा, पृथुल जघना, नितंबिनी, रंभोरु, कृशकटि ही विशेषणे लागल्याशिवाय कुठल्याच अप्सरेचे वर्णन पूर्ण होत नाही.

''आनंद, त्या काळच्या लोकांची मजा होती. काय भरलेल्या बायका असायच्या तेव्हा! असे स्तन, असे नितंब कुरवाळायला काय मजा येत असेल नाही? अशी बाई एकदातरी भोगायला मिळायला हवी.''

एका सुट्टीत आम्ही दोघे खजुराहोला गेलो होतो. खजुराहोच्या देवळांवरची मिथुन शिल्पे बघायला जगभरातून लोक येतात. ती बघून नंदन नादावून गेला. तो तासन् तास बसून त्या पृथुजघना, नितंबिनी वगैरे न्याहाळत राहायचा. दुर्बिणीने त्यांचे उन्नत स्तन निरखत राहायचा. त्या चार दिवसांत त्याने दोनशे तरी फोटो टेलीलेन्स लावून काढले आणि मग त्यांतले खास खास ब्लो-अप करून आपल्या खोलीत लावले.

ती शिल्पे बघायला मला पण आवडली. पण मला असं फॅसिनेशन वगैरे काही वाटलं नाही. दुसऱ्या दिवशी मला खजुराहो बघायला आलेल्या दोन जर्मन मुली भेटल्या. आमची चांगली दोस्ती जमली. मी वात्स्यायनाचा वंशज आहे, हे मी त्यांना पटवून दिले. मग दोघी वेगवेगळ्या आणि शेवटच्या दिवशी एकदम दोघीजणी असा आमचा सहवास रंगला. त्यामुळे माझे चार दिवस चांगले गेले.

आणखी एका बाबतीत नंदन वेगळा होता. त्याला ऑकल्ट, मॅकॅबर अशा गोष्टी आवडायच्या. भुतांच्या, जखिणींच्या, सैतानाच्या गोष्टी तो मन लावून वाचायचा. ड्रॅकुला वगैरे चित्रपट त्याने अनेक वेळा पाहिले होते. लहानपणी आपण सगळेच प्लँचेट वगैरे प्रयोग करतो. पण नंदनला त्याचे वेडच लागले होते. नेहमी दोन, तीन लोक असले, की तो ग्लास हलतो. पण नंदन एकटाच प्लँचेट करायचा. त्याने इंग्रजी मुळाक्षरांचा एक तक्ता बनवला होता. कॅरमच्या एका स्ट्रायकरवर बोट ठेवून तो कुठल्यातरी मृतात्म्याला बोलवायचा. काही प्रश्न विचारायचा. आणि त्या स्ट्रायकरवर करंगळी ठेवून तो काहीतरी पुटपुटत राहायचा. मग तो स्ट्रायकर फिरायला लागायचा. शब्दांमागून शब्द तयार व्हायचे.

●●●

नंदनच्या अंगात काहीतरी अघोर शक्ती आहे, हे मला दोन गोष्टींवरून कळलं.

एकदा तो प्लँचेट लावून बसला होता आणि मी त्याच्या नकळत त्याच्या मागे जाऊन उभा राहिलो होतो. त्याची पुटपुट सुरू झाली आणि तो स्ट्रायकर वेगाने हालायला लागला. नंदनचे बोट त्या स्ट्रायकरला लागलेले नव्हते, तरीपण शब्दांमागून शब्द उमटायला लागले होते.

एकदा आम्ही दोघे प्लँचेट लावून बसलो होतो. त्याने माझ्या आईला प्लँचेटवर बोलावले. आई ऑफिसला जायची, तेव्हा मी तिला कधीच भेटत नसे. मी सकाळच्या क्लासला जात असे. पण अपघात झाला त्या दिवशी क्लास बंद होता. आई जाताना मला भेटली होती. आशामावशीला कुठलातरी निरोप दिला का, ते विचारत होती. हे आमचे संभाषण नंदनला माहीत असणे असंभव होते. पण त्याने प्लँचेटवर आईला

विचारले, की तिचे शेवटचे संभाषण काय होते आणि तेच वाक्य त्याच्या स्ट्रायकरने लिहून दाखवले होते.

मग एक स्टेज अशी आली, की तो ब्लॅक मॅजिकच्या मागे लागला. माधवबागेतनं शाबरी मंत्र, वशीकरण, जारण विद्या अशा टाइपची पुस्तकं घेऊन त्याचा अभ्यास चालायचा. मेणबत्तीच्या ज्योतीकडे तासन् तास टक लावून बसायचा. त्राटक करायचा. त्याचे डोळे खराब व्हायला लागले, तेव्हा त्याचा हा वेडेपणा बंद झाला.

मग त्याने एक योगशाळा पकडली. आसने, प्राणायाम, ध्यानधारणा या सर्वांत त्याने प्रावीण्य मिळविले. तासन् तास तो ध्यान लावून बसायला लागला. मग पुढची स्टेप सुरू झाली. इस्माईल युसुफ कॉलेजच्या समोर एक झोपडपट्टी आहे. तिथे एक अवलिया बाबा राहतो. त्याच्या झोपडीत जाऊन नंदन दिवसेंदिवस बसायचा. त्या बाबाला पण नंदन आवडला. त्याने त्याला काही मंत्र शिकवले. त्याला एक तावीज दिला.

झाडात जीव असतो, असे कुठल्याशा भारतीय शास्त्रज्ञाने सिद्ध केले होते. नंदनचे म्हणणे असे होते, की झाडांना जाणीव असते. पुष्कळ वर्षे एकाच ठिकाणी राहिल्यामुळे झाडांना आजूबाजूला घडलेल्या हकीकती माहीत असतात. आठवत असतात. त्यांना त्यावरून अनुमाने बांधता येतात. फ्रॉम गॅदर्ड फॅक्ट्स, दे कॅन प्रेडिक्ट दि फ्यूचर.

माझा अविश्वास त्याला जाणवला. बोचला. एक दिवस आम्ही थेऊरला गेलो होतो. आभाळ निरभ्र होते. उकाडा चांगला होता. एका झाडाच्या सावलीत आम्ही पहुडलो होतो. नंदन डोळे मिटून ध्यानावस्थेत होता.

हळूहळू त्याचे अंग थरथरायला लागले. त्याच वेळी त्या झाडाच्या फांद्या पण हळूहळू हलायला लागल्या. वारा अजिबात नसल्यामुळे त्या झाडाची थरथर जाणवत होती. नंदन थरकापत होता. पण मी थोड्या अंतरावरच राहिलो. दोन-तीन मिनिटांनी दोघांची थरथर थांबली. वारा छान सुटला. पण झाडाची पाने हलण्याइतका वारा नव्हता.

नंदनने डोळे उघडले. मी म्हणालो,

''काय योगिराज, एकदम समाधी अवस्थेत गेला होता काय?''

''नाही. हे झाड माझ्याशी बोलत होतं.''

''असं? काय म्हणालं ते?''

''आमची ओळख झाली. म्हणून आम्ही एकमेकांची चौकशी करत होतो. तेच माझ्याशी बोलतं आहे, याची मला खात्री करून घ्यायची होती.''

''मग कशी खात्री केलीस तू?''

''ते झाड म्हणालं, की या समोरच्या भिंतीच्या पलीकडे एक राखाडी रंगाची मोटारगाडी उभी आहे. तिच्यात दोन उग्रप्रवृत्तीची माणसे बसलेली आहेत.

''मी उठलो आणि चक्कर मारून त्या भिंतीच्या पलीकडे गेलो. तिथे एक जीप उभी होती. त्यात दोन माणसे बसलेली होती. ती पोलिसांची जीप होती. आणि स्वभावत:च पोलिस उग्र प्रवृत्तीचे असतात.

मी परत आलो.''

''आणखी काय म्हणालं तुझं झाड?''

''चार वाजता पाऊस येईल. जपून रहा.''

आम्हाला कुठेच जायचे नव्हते. मी लोळत राहिलो. नंदन ध्यानाला बसला होता. चार वाजता काळे ढग गोळा व्हायला लागले. विजा चमकायला लागल्या आणि वळवाच्या पावसाची जबरदस्त सर आली.

आम्ही झाडाखाली उभे होतो. त्यामुळे भिजलो नाही. अचानक विजेचा एक लोळ त्या झाडावर पडला. एक भलीमोठी फांदी तुटून आम्ही आधी जिथे बसलो होतो, त्याच्या जरा पलीकडे पडली.

नंदनला झाडांशी बोलता येतं, यावर मला विश्वास ठेवायलाच लागला.

''तुला इतर कुणाशी बोलता येतं? प्राणी किंवा पक्षी किंवा दगडधोंडे वगैरे?''

''मी प्रयत्न केला; पण कुत्रा, मांजर किंवा कावळे, चिमणी यांना संबंध साधायची शक्ती नसते. हत्तीबित्ती मी कधी ट्राय केलेले नाहीत. दगडांत जीव नसतो. पण दगडाच्या मूर्तीत मला थोडा स्पार्क जाणवतो.''

आम्ही कॉलेजात गेलो तेव्हा नंदनचे प्लँचेट वगैरे छंद बंद झाले होते. मी त्याविषयी नंदनला विचारले.

''आता मला मीडियमची गरज लागत नाही. मृतात्म्यांशी मी सरळ संबंध ठेवू शकतो.''

तेव्हापासून मला नंदनची थोडीशी भीती वाटायला लागली होती. म्हणजे त्याच्यापासून मला धोका आहे, असे मला कधी वाटले नाही; पण त्याच्या जिवाला धोका आहे, अशी जाणीव मला कायम येत राहिली.

●●●

कॉलेजात असताना आमचे सेक्स लाइफ बरोबरच सुरू झाले. वय, बांधा, काळवेळ असे निकष मी सेक्स पार्टनर्सबाबत कधीच ठेवले नाहीत. पण नंदनला भरदार बायका आवडायच्या. एक पंजाबीण तर त्याची स्टेडी झाली होती.

"आहे ती चांगली रे. मजा येते. पण दिवा लावलेला तिला चालत नाही. मला खजुराहोच्या मूर्तीसारखी तिला पाहायची आहे. पूर्ण नग्न, एक हात डोक्यावर. दुसऱ्या हातातल्या आरशात स्वतःला न्याहाळणारी.

"आणि कमरेत मार खातात सगळ्याजणी. कृश कटीमुळे पुष्ट अवयवांना आणखी उठाव येतो. तुला आठवतंय, शाळेत आपण कालिदासाचं मेघदूत वाचलं होतं. यक्ष त्या मेघाला आपल्या बायकोचं वर्णन ऐकवतो-

तन्वी श्यामा, शिखरिदशना, पक्वबिंबाधरोष्ठी
मध्ये क्षामा, चकित हरिणी प्रेक्षणा, निम्ननाभि
श्रोणीभारादलसगमना स्तोकनम्रास्तनाभ्यां
या तत्र स्वाद्युवति विषया सृष्टिरोद्येवधातुः

सडपातळ, सावळी, नाजूक दातांची, लालचुटुक ओठांची, कृशकटि, हरिणाक्षी, खोल बेंबी असलेली, नितंब पुष्ट असल्याने हळूहळू चालणारी, पुष्ट स्तनांमुळे किंचित् पुढे वाकलेली. खरोखर, तिच्यात कुठेच न्यून नाही."

तोच कालिदासाचा यक्ष असावा इतक्या आसुसीने नंदन यक्षीचे वर्णन करत होता.

"नंदन, मला वाटते की ही सगळी कविकल्पना आहे. मी एका लेखात वाचलं होतं की स्तन आणि नितंब या दोन्हींमध्ये मसल्स खूप कमी असतात आणि सगळी फॅटच असते. तर एवढी फॅट अंगावर बाळगणाऱ्या बाया किती वेळ सुंदर दिसतील? आणि एवढी बारीक कंबर घेऊन त्या बाईला चालता तरी येईल काय?"

"तू साल्या अगदी अरसिक आहेस. माझी एकच इच्छा आहे. अशी कृशकटि, पीनपयोधरा, विशालनितंबिनी मला मिळावी. हा खजुराहोचा फोटो पाहा. नायिकेचे दोन्ही हात नायकाच्या गळ्यात घातलेले आहेत. त्याचा डावा हात तिच्या नितंबांवर आहे. त्या हाताने त्याने तिला वर उचलले आहे. तिचा डावा पाय तिने पूर्ण उचललेला आहे आणि त्या पायाने तिने त्याच्या कमरेला वेटाळले आहे. तिने त्याला आपल्यात सामावून घेतलेले आहे. त्याचा उजवा हात तिचा डावा स्तन कुरवाळत आहे. काय जबरदस्त पोझ आहे!

"बस, एकदा आयुष्यात अशी स्त्री मिळावी आणि तिच्याशी अशा पोझमध्ये संभोग करावा. मग आयुष्य संपले तरी हरकत नाही."

"देव करो आणि तशी स्त्री तुला कधीच न मिळो. आपण अजून पन्नास-साठ वर्षे एकत्र राहूयात."

आज हे संभाषण मला शब्दनशब्द आठवत आहे. किती प्रोफेटिक शब्द होते

नंदनचे!

●●●

नंदनचे गूढ विद्यांविषयीचे आकर्षण कमी होत नव्हते. सी.ए. झाल्यावर आम्ही अनुभव घेण्यासाठी वेगवेगळ्या फर्म्समध्ये दाखल झालो होतो. एका इन्कम टॅक्सच्या केसच्या सुनावणीसाठी नंदन गेला होता. सुनावणी संपल्यावर कमिशनरने त्याला थांबवून घेतले. त्या कमिशनरला गूढ विद्यांत गती होती. त्याने नंदनमध्ये असलेला समधर्म जाणला. त्यांची ओळख वाढली. तो कमिशनर तंत्रसाधना करायचा. नंदनही त्यांच्यात सामील झाला. पण एक-दोन महिन्यांनंतर तो जाईनासा झाला. त्याला त्याबद्दल मी विचारले.

''हे बघ. मी तुला आधी तंत्र म्हणजे काय ते सांगतो. हा एक साधनेचा प्रकार आहे. राजस असेल तर दक्षिणपंथ आणि तामस असेल तर वामपंथ. दोन्ही पंथांचे उद्दिष्ट एकच. स्वत:वर संपूर्ण ताबा मिळवणे आणि त्यानंतर आपल्या सभोवतालच्या सृष्टीवर ताबा मिळवणे.

''पण असा ताबा मिळवायचे मार्ग भिन्न असतात. हा कमिशनर वाममार्गी आहे. त्याची साधना स्मशानात सुरू होते. मृतदेहाच्या अंगावर अग्नी पेटवून मंत्र सिद्ध करणे, त्या प्रेतावरती भोजन करणे, कधी प्रेतमांसभक्षण करणे, अशा या साधनेच्या पायऱ्या असतात. प्रेताबद्दलची घृणा, भीती, तिरस्कार या सर्व भावनांवर काबू मिळविणे, हा त्यांचा उद्देश असतो.

''स्त्रीपुरुष संबंध ही पण एक पायरी असते. शक्ती आणि शिव यांच्या संबंधातूनच विश्वाची उत्पत्ती झाली. आपण ज्याची पूजा करतो, ते शिवलिंग काय दाखवते? स्त्रीच्या योनीत शिरलेले ताठ लिंग. शिव-शक्तीच्या संभोगामध्ये कामभावना नव्हती. फक्त वैश्विक उत्पत्तीचे उद्दिष्ट त्यात होते.

''निरासक्त खानपान आणि संभोग हे वाममार्गाचे तत्त्व आहे. तू पंच मकार ऐकले असशीलच. मीन, मांस, मद्य, मुद्रा आणि मैथुन हे ते पंचमकार होत. मीन, मांस आणि मुद्रा म्हणजे भाजलेले सातू हे निरिच्छ बुद्धीने खायचे - म्हणजे ते शिजवायचे नाहीत. मद्य प्यायचे पण त्याचा आनंद घ्यायचा नाही. आणि मैथुन करायचे ते आपण विश्वाची उत्पत्ती करतो आहे अशा भावनेने. त्याच्यात कामभावना असता कामा नये.

''तो कमिशनर म्हणाला, की ते सनातन वाममार्गाचे अध्ययन करताहेत; म्हणून मी त्यांच्या साधनेत सामील झालो. पण तो तर एक सेक्स क्लबच निघाला. छानसे कबाब खायचे. स्कॉच प्यायची आणि मग चिठ्ठ्या टाकून सेक्स पार्टनर्स घ्यायचे. इट वॉज अ होक्स्. साधनेच्या नावाखाली निर्लज्जपणा चालला होता. एका

माणसाच्या मिठीत त्याचीच बायको आली, तर त्याने किती आरडाओरडा केला! इट वॉज डिसगस्टिंग!''

●●●

''सर, रीफिल? एनीथिंग टु ईट सर?''

माझा ग्लास खाली होता. बाटलीभर बीअर पिऊन तहान भागली होती. पण बाहेर जाऊन मी काय करणार होतो? पुन्हा त्याच त्याच आठवणी येणार होत्या. इथे एअर कंडिशनिंगमध्ये बरे वाटत होते. हॉटेलवर जाऊन आईला मी काय सांगणार होतो? मन पुन्हा त्या पोलिस स्टेशनमध्ये गेलं.

''मिस्टर जोशी. यू अँड दि डिसीज्ड् वेअर डुइंग द बँक ऑडिट. टुडे युवर फ्रेंड वॉज फाउंड मर्डर्ड इन दि टेंपल. व्हॉट हॅड हॅपनड् यस्टरडे?''

तीन दिवस, रोज बारा तास बँकेची रजिस्टर्स बघून आम्ही उबून गेलो होतो. गाव बघायलाच मिळालं नव्हतं. मग विचार केला, की लंचनंतर गाव बघायचे. तिथले सर्वांत मोठे आकर्षण म्हणजे अनंतशयनम् विष्णूचे मंदिर. मंदिर अर्ध्या तासात बघून झाले. मंदिराच्या परिसरात फिरताना मला एक जाळीचा दरवाजा दिसला. सहज म्हणून मी त्या दारापाशी गेलो.

एक आयताकृती मंडप होता. त्याच्या मध्यभागी एक मोठा चबुतरा होता. साधारण तीस फूट बाय पंधरा फूट. त्याच्या तीन बाजूंना कॉरिडॉर होता. कडी काढून मी आत गेलो. थोडा वेळ उभा राहिलो. कॉरिडॉरमध्ये दहा दहा फुटांच्या अंतरावर काळ्या दगडांचे पुतळे होते. बायकांचे पुतळे. प्रत्येक पुतळा साधारण पाच फूट उंचीचा. खजुराहोच्या पुतळ्यांच्या प्रतिबिंबासारख्या त्या पुतळ्या होत्या. गोल, उन्नत उरोज, बारीक कमर, विस्तारलेले नितंब, चेहऱ्यांवर कामुक भाव.

हळूहळू मी त्या कॉरिडॉरमध्ये शिरलो. माझ्या उजव्या बाजूला तो चबुतरा होता आणि डाव्या हाताला ते पुतळे होते. सूर्य उतरणीला लागला होता. त्या मंडपात उजेड एकदम कमी झाला होता. एक चमत्कारिक वातावरण तयार झाले होते.

चालता चालता मला खूप भयकारी सेन्सेशन आले. मला वाटले, की त्या पुतळ्या माझ्याकडे पाहून हसताहेत. एकमेकांना खुणावताहेत.

माझा थरकाप झाला. एका जागी उभे राहून मी एका पुतळीकडे सरळ नजरेने पाहत राहिलो. गळसरीपासून नुपुरांपर्यंत दागिने घातलेला सुंदर स्त्रीचा तो पुतळा होता. त्यात जीव नव्हता. पण त्याच वेळी दोन्ही बाजूच्या पुतळ्या एकमेकांना खुणा करत होत्या. हसत होत्या.

माझा श्वास अडकला. धावतच मी त्या मंडपाच्या बाहेर आलो. नंदनजवळ

बसलो. नंदनने प्रश्नार्थक चेहऱ्याने माझ्याकडे पाहिले. नुसत्या खुणेने मी त्याला त्या मंडपात जायला सांगितले. नंदन तिकडे गेला.

अर्धा तास होऊन गेला, तरी नंदनचा पत्ता नव्हता. धीर करून मी त्या मंडपाच्या दाराशी गेलो. मंडपात अंधार दाटायला लागला होता. तिथे एकही दिवा नव्हता. पण त्या पुतळ्या उठून दिसत होत्या. डावीकडून सहाव्या मूर्तीच्या अगदी लगटून नंदन उभा होता. त्याचा उजवा हात त्या पुतळ्याच्या डाव्या स्तनावर होता. त्या पुतळ्याची मान किंचित उचललेली वाटत होती. जणूकाही ती मूर्ती नंदनकडे टक लावून पाहत होती. नंदनचे ओठ हळूहळू हालत होते. तो त्या मूर्तीशी काहीतरी बोलत होता.

आणि मला एकदम जाणवले, की बाजूच्या मूर्ती पण या दोघांकडे पाहत होत्या. मला आठवत होते, की मी जेव्हा त्या मंडपात गेलो होतो तेव्हा सगळ्या मूर्ती त्या मधल्या चबुतऱ्याकडे पाहत होत्या. पण जिच्याशी नंदन बोलत होता, तिचे मस्तक आता उचललेले होते. जणू ती डोके उचलून नंदनकडे पाहत होती आणि तिच्या बाजूच्या मूर्ती पण माना हळूच वळवून त्या दोघांकडे पाहत होत्या.

मला घाम फुटला. माझ्या तोंडातून शब्द फुटेना. आणि मग जिवाच्या आकांताने मी नंदनला हाक मारली.

आणि एकदम सर्व मंडप पूर्ववत झाला. एकदम काळोख दाटला. एकदम सगळ्या मूर्तींचे चेहरे चबुतऱ्याकडे वळले. सावकाश चालत नंदन मंडपाच्या बाहेर आला. त्याने गजाचे दार लावून घेतले.

मग मला एकदम वाटले, की आपल्याला भूल पडली होती. निर्जीव पुतळ्यांना आपण ग्लॅमराइज करून टाकले. मनातल्या भीतीला बगल द्यायला मी उगाचच काहीबाही बोलत राहिलो.

बाहेर अजून दिवसाचा उजेड होता. सूर्याची शेवटची किरणे अजून जाणवत होती.

●●●

माझ्या चौकशीमध्ये सदाशिव पिल्लेने मला विचारले होते, ''व्हेन डिड यू लास्ट सी युवर फ्रेंड, अलाइव्ह?''

आम्ही हॉटेलवर परत आलो. मी आता नॉर्मलवर आलो होतो. एका दृष्टिभ्रमाला आपण बळी पडलो म्हणून मला स्वतःचे हसू येत होते. हॉटेलमध्ये बार होता.

''नंदन, येतोस? एखादा घोट पिऊन येऊ.''

''तू जा आनंद. मला जरा काम आहे.''

तासाभराने मी परत आलो, तेव्हा नंदन त्याची जादूची पेटी उघडून बसला होता.

एक मोठा चौकोनी लाल रंगाचा जाड कपडा, पांढऱ्या कवड्या. वटवाघळाची हाडे, मांजराची कवटी, उदबत्त्या, काळ्या मेणबत्त्या असे काहीबाही पदार्थ त्याच्या पोतडीत असत. त्या अगरबत्त्या पण साधारण नव्हत्या. त्यातून बाहेर येणाऱ्या धुराला एक अगदीच वेगळा वास होता. ऊदमांजराच्या अंगाला येतो तसा आणि त्या मेणबत्त्या पण वेगळ्या होत्या. त्याच्या ज्योती संथ जळत नसत. त्या लहानमोठ्या होत. फडफडत. अगदी बंद, निर्वात खोलीत सुद्धा त्यांची प्रभा कायम बदलत असे.

त्या बदलत्या प्रकाशात, त्या उग्र धुरात बसलेल्या नंदनने त्या लाल पाटावर हातातल्या कवड्या फेकल्या. सर्व कवड्या उपड्या पडल्या.

नंदनच्या कंठातून एक आवाज येऊ लागला. ओंकारासारखा. पण अगदी, अगदी वेगळा. तो आवाज घुमत घुमत मोठा झाला. आणि मग एकदम नाहीसा झाला. मला आता भास झाला, की पाण्याचा प्रवाह जसा वाहत जातो, तसा तो आवाजाचा प्रवाह कुठेतरी, ढालेच्या ठिकाणी गेला. दोन मिनिटे शांततेत गेली आणि मग नंदनने पुन्हा कवड्या पटावर फेकल्या. या वेळी सर्व कवड्या उताण्या पडल्या.

एखादा गंध जसा दरवळत येतो, तसा अगदी मंद असा बायकांच्या हसण्याचा आवाज खोलीत आला आणि विरत गेला.

त्याचे असे प्रयोग चालले असले, की मी बोलत नसे. शक्यतर मी तिथे थांबत नसे. पण थांबलो तर गप्प बसून राहत असे. त्याची पूजा किंवा साधना किंवा प्रयोग चालू असले, की वेगवेगळ्या संवेदना व्हायच्या. कधी त्या खोलीचे तापमान अचानक वाढायचे, किंवा एकदम कमी व्हायचे. प्रकाशाच्या इंटेन्सिटीत फरक पडायचा. वेगवेगळे वास यायचे. आम्हा दोघांशिवाय आणखी कुणी तिथे आहे, असेही कधीकधी वाटायचे.

नंदनने त्याचे सामान गोळा करून त्याच्या पेटाऱ्यात भरले. हात वर करून आळस दिला आणि कॉटवर जाऊन तो झोपला.

मी पण माझ्या कॉटवर पडून राहिलो. रात्री दहाच्या सुमाराला नंदन उठला. त्याने दाढी केली. अंघोळ केली, नवीन कपडे घातले. सेंटचा फवारा मारला. तो बूट घालायला लागला.

''आज खास डेट मिळालेली दिसतेय नंदन तुला.''

''खास डेट? यू कॅन से इट अगेन. जगात दुसऱ्या कुणाला आजवर मिळाली नसेल अशी आजची माझी डेट आहे. सी यू टुमारो.''

नंदन निघून गेला. का कुणास ठाऊक, मला फार अस्वस्थ वाटत होते. पुन्हा

तो मघाचा गंध खोलीत दरवळला आहे, असे वाटले. पुन्हा एकदा ते बाईचे किणकिणते हसू ऐकू येत आहे, असे वाटले. पण आजूबाजूला कोणीच नव्हते. ए.सी.चालू होता.

रात्री मी पुष्कळवेळ जागा होतो. टीव्हीवर उगाच चॅनेल्स बदलत होतो. पहाटे केव्हातरी मला झोप लागली. दरवाजावर धाडधाड आवाज आले तेव्हा मी दचकून जागा झालो. दार उघडले तेव्हा लॉबी मॅनेजरबरोबर एक पोलीसशिपाई उभा होता.

''सर, पोलीस इन्स्पेक्टर वाँट्स यू अर्जंटली इन दि पोलीस स्टेशन.''

का? कशासाठी? मला सांगायला कुणी तयार नव्हते. थरथरत्या हाताने मी कपडे चढवले आणि बाहेर पडलो. बाहेर पोलीसजीप उभी होती.

चुरगळलेले कपडे, तांबारलेले डोळे, दाढीचे वाढलेले खुंट, इन्स्पेक्टर सदाशिव पिल्लेचा असा अवतार होता. त्याच्या टेबलावर एक लेदर वॉलेट होते. नंदनचे.

''डू यू रेकगनाइज धिस वॉलेट?''

मला खात्री होती. तरीपण मी वॉलेट हातात घेतले. उघडले. नंदनचा फोटो, पॅन कार्ड, व्हिजिटिंग कार्ड, क्रेडिट कार्ड्स, थोडे पैसे आणि हॉटेलचे कार्ड.

''हिज बॉडी वॉज फाउंड इन दि अनंतशयनम टेंपल मंडपम् ॲट अबाऊट मिडनाइट, ॲन अर्चका स्लीपिंग इन दि टेंपल हर्ड ए स्क्रीम. दि अर्चका वेंट इनसाइड दि योगिनी मंडपम्. अँड फाउंड दि ओनर ऑफ धिस वॉलेट. ही वॉज डेड. ही कॉल्ड अस. वी वेंट देअर.''

बॉडीचा पंचनामा झाला. फोटो काढले गेले. बॉडी मॉर्च्युअरीत गेली. सकाळी ऑटोप्सी होणार होती.

हॉटेलच्या कार्डावरच्या नंबरवर पोलिसांनी फोन केला. नंदन पाटेकर आणि आनंद जोशी एकाच खोलीत राहत असल्याचे पोलिसांना कळले. आनंद जोशी खोलीत होता. म्हणजे मयत व्यक्तीचे नाव नंदन पाटकर.

पोलिस लॉजिक.

''प्लीज कम विथ मी. आय वाँट यू टु आयडेंटिफाय दि बॉडी.''

आम्ही सिव्हिल हॉस्पिटलमध्ये पोचलो तेव्हा सकाळची वर्दळ सुरु झालेली होती. मॉर्च्युअरी मागे कोपऱ्यात होती. फॉर्मालिन आणि सडक्या मासांचा मिश्र वास तिथे कोंदला होता. एका गर्नीवर पांढऱ्या चादरीत गुंडाळलेले एक शव होते. पिल्लेने त्याच्या तोंडावरून चादर काढली आणि मला खूण केली.

पाय ओढत मी जवळ गेलो. मन घट्ट करून प्रेताच्या चेहऱ्याकडे पाहिले. चेहरा साखळलेल्या रक्ताने भरलेला होता. डोळे विस्फारलेले होते. कानातून, नाकातून रक्त बाहेर येऊन साखळलेले होते. ओठ फाटलेले होते. समोरचे दात आत गेले होते.

तो नंदनच होता. मी नुसती मान हालवली. पिल्लेने पुन्हा चादर डोक्यावरून अंथरली.

''लेट अस गो टु दि सीन ऑफ दि क्राइम.''

सकाळी आठ वाजता मंदिर गजबजलेले होते. दर्शनाला आलेले लोक, मंदिर बघायला आलेले टुरिस्ट. फुले, नारळ विकणारे व्यापारी, भिकारी मुले.

मंडपात जाणारा मार्ग दोरी बांधून बंद केलेला होता. कुतूहलाने डोकावून पाहणाऱ्या लोकांना तिथला पोलीस हाकलत होता.

आम्ही आत गेलो. डावीकडून सहाव्या मूर्तीच्या समोर खडूने एक आकृती काढलेली होती. वाळलेल्या रक्ताचा सडा पडलेला होता.

''दि बॉडी वॉज लाइंग हिअर. इन धिस पोजिशन. आय शाल बी गेटिंग दि कॉरोनर्स सर्जन्स रिपोर्ट बाय नून. बट ही वॉज क्रश्ड टु डेथ.''

वेगात असलेल्या कारला अपघात झाला, की आतला ड्रायव्हर, स्टिअरिंग व्हील आणि मागची सीट यांच्यात दाबला जातो. बरगड्या तुटतात. माणूस जागच्या जागी ठार होतो. अंगावर भिंत पडलेल्या माणसाची अशीच हालत होते. पण इथे वाहन नव्हते, मंडपाच्या भिंती सरळ उभ्या होत्या.

इन्स्पेक्टर सदाशिव पिल्ले सहा नंबरच्या मूर्तीचे अगदी जवळून निरीक्षण करीत होता. त्याने मला खुणेने जवळ बोलावले. प्रत्येक मूर्ती एका छोट्या चौथऱ्यावर उभी होती. एकाच ओरिएंटेशनमध्ये. पण सहा नंबर मात्र हाललेली होती. तिचे पाय जिथे चबुतऱ्यावर ठेवलेले होते तिथे भेगा पडलेल्या होत्या. अगदी बारकाईने पाहिले तर असे वाटत होते, की तिची पावले मूळच्या जागी नव्हती. ती उचलून पुन्हा त्याच जागी ठेवली गेली होती.

त्या मूर्तीच्या ओठांवर, चेहऱ्यावर, खांद्यावर रक्ताचे डाग होते. तिच्या डाव्या पायाच्या पैंजणात कापडाचे धागे अडकलेले होते.

''दि कॉरोनर्स सर्जन वॉज हिअर. ही हॅज टेकन सॅंपल्स ऑफ दि ब्लड फ्रॉम दि स्टॅच्यू. दि ब्लड मॅचेस दॅट ऑफ दि डिसीज्ड. दि फॅब्रिक कॉट इन दि अँकलेट ऑफ दि स्टॅच्यू इज फ्रॉम दि ट्राऊजर्स वॉर्न बाय दि डिसीज्ड. ॲक्च्युअली फ्रॉम दि बॅक ऑफ दि राईट लेग.''

मी त्या मूर्तीकडे पाहत राहिलो. प्रखर प्रकाशामुळे असेल, पण मला आदल्या दिवशीसारखी ती मूर्ती जिवंत असल्याचा भास झाला नाही.

●●●

आम्ही देवळाच्या बाहेर आलो. समोर एक एसटीडी बूथ उघडत होता. इन्स्पेक्टर पिल्लेला सांगून मी आत गेलो. बाबांना फोन केला. नंदनला अपघात झाला

आहे आणि त्याची प्रकृती सीरियस आहे, एवढेच मी त्यांना सांगितले. इतर सोपस्कार व्हायचे आहेत म्हणून उद्या आलात तरी चालेल, असेही त्यांना मी सांगितले. खरे काय झाले असावे, याचा अंदाज त्यांना आलाच होता.

आम्ही पुन्हा पोलिस स्टेशनला गेलो.

''आय शाल हॅव्ह टू रेकॉर्ड युवर स्टेटमेंट. बट यू मस्ट बी हंग्री. इट ईज ऑल ल्मोस्ट नून नाऊ. आय हॅव नॉट इव्हन हॅड कॉफी सिन्स आय गॉट दि रिपोर्ट.''

शिपाई इडली, वडे, कॉफी घेऊन आला. माझ्या घशाखाली घास जाईना. मी फक्त कॉफी प्यायलो. पिल्लेने मात्र सगळा फराळ संपवला. खून, रक्त, मुडदे हे त्यांना काही नवीन नव्हते. त्याचा ॲपेटाइट कमी झालेला नव्हता.

कॉफी संपवून सदाशिव पिल्लेने ढेकर दिला. बेल वाजवून त्याने शिपायाला सूचना दिल्या. थोड्या वेळाने एक शिपाई हातात एक बॉक्सफाईल घेऊन आला. पिल्लेच्या टेबलावर जागा करून त्याने कोरे कागद पसरले. त्याच्यात कार्बन पेपर लावले. एक ओरिजिनल, एक डुप्लिकेट. दोन बॉलपेने काढून रांगेने ठेवली. आणि मग तो ताठ बसून राहिला.

''आय शाल नाऊ रेकॉर्ड युवर स्टेटमेंट. आय शाल ट्रान्सलेट इट इन मल्याळम् अँड धिस रीडर विल राइट इट. यू विल साइन इट इन इंग्लिश आफ्टर स्टेटिंग दॅट इट वॉज एक्स्प्लेनड् टु यू इन इंग्लिश अँड दॅट यू हॅव अंडरस्टुड दि कंटेंट्स ॲज करेक्ट. ओके?

''व्हॉट इज युअर नेम?''

''व्हॉट इज युअर प्रोफेशन?''

''व्हॉट वॉज दि डिसीज्ड पर्सन्स नेम?''

''हाऊ लॉंग डिड यू नो दि डिसीज्ड्?

''नाव? व्यवसाय? मयताचे नाव? मयताशी ओळख किती दिवसांची?''

स्टेटमेंट चालू होते, तेव्हा एक पिवळा लिफाफा घेऊन एक शिपाई आत आला. इन्स्पेक्टर सदाशिव पिल्लेने तो फोडला. आत एक पिवळसर कागद होता.

पिल्लेने त्या कागदावरचा मजकूर एकदा वाचला. डोळे मिटून दोन मिनिटे स्तब्ध बसला. मग त्याने पुन्हा एकदा तो मजकूर वाचला.

''धिस इज दि कॉरोनर्स सर्जन्स ऑटोप्सी रिपोर्ट. इट गिव्हज् ए स्ट्रेंज, ऑलमोस्ट अनबिलीव्हेबल पिक्चर. हिअर, यू बेटर रीड इट युअरसेल्फ.''

रिपोर्टमधील पुष्कळसे शब्द मला कळले नाहीत. पण त्याचा गोषवारा मला समजला.

''मृताचा चेहरा रक्त साखळल्याने लाल दिसत आहे. चेहऱ्यावर भीतीचे भाव जाणवतात. दोन्ही ओठ फाटलेले आहेत. पुढचे दात आतल्या बाजूला दाबल्यामुळे तुटलेले आहेत. मयताच्या सर्व बरगड्या दाबून आत गोळा झालेल्या आहेत. त्यांची टोके घुसून फुप्फुसांना भोके पडली आहेत. छातीच्या पोकळीत रक्त साठलेले आहे.

मृत्यूचे निदान श्वास थांबल्यामुळे, ॲसफिक्सिएशन.

टीप : मयताच्या उजव्या खुब्याचे हाड सरकलेले आहे.

पण ते मृत्यूचे कारण होऊ शकत नाही. मयताची स्प्लीन रप्चर झालेली आहे. पण ते मृत्यूचे कारण होऊ शकत नाही''

तो कागद मी पिल्लेच्या टेबलावर ठेवला.

''सो, यू हॅव्ह रेड दि रिपोर्ट. यू हॅव सीन दि प्लेस ऑफ क्राइम. व्हॉट डू यू थिंक हॅपन्ड देअर?''

मी गप्प राहिलो. मग पिल्लेने प्रश्नांचा भडिमार सुरू केला. माझे आणि नंदनचे नाते या विषयावर एक-दोन प्रश्न करून तो पुन्हा याच मुद्द्यावर यायचा. त्याचा रीडर हात बांधून स्वस्थ बसला होता.

शेवटी मी त्याला विचारले,

''इन्स्पेक्टर, ॲम आय ए सस्पेक्ट? डू यू थिंक दॅट आय डिड इट?''

''आय नो दॅट यू डिड नॉट डू इट. दि रिपोर्ट प्लेसेस दि प्रॉबेबल टाइम ऑफ डेथ ॲट अबाऊट मिडनाइट. ॲट दॅट टाइम यू हॅड आस्कड रूम सर्विस फॉर सँडविचेस ॲंड कॉफी. वी हॅव ऑलरेडी रेकॉर्डेड दि स्टेटमेंट ऑफ दि रूम सर्विस वेटर. वी नो दॅट यू डिड नॉट डू इट. नो वन एल्स हॅड कॉल्ड यू. यू हॅड नॉट कॉल्ड अेनीवन. नायदर ऑफ यू ओन ए सेलफोन. वी हॅव व्हेरिफाइड ऑल दीज थिंग्ज.

''आय जस्ट थॉट दॅट यू कुड परहॅप्स गेस व्हॉट हॅपन्ड इन दि टेंपल.''

मग त्याने विचारलेले सगळे प्रश्न आणि मी दिलेली सगळी उत्तरे मल्याळम्‌मध्ये लिहून घेण्यात आली. संध्याकाळचे पाच वाजत आले होते. बारा तास मी पोलिसांबरोबर होतो. पण पिल्ले त्याच्याही आधीपासून नंदनच्या मृत्यूच्या तपासात होता. दोनदा त्याने खायला मागवले होते पण मला खायची इच्छाच नव्हती. पिल्लेबरोबर मी कडक, गोड कॉफीच प्यायलो.

पिल्लेने पुन्हा एकदा आळस दिला. त्याच्या रीडरने सर्व कागद जुळवून त्याच्या दोन प्रती बनवल्या. त्यांना पिन टोचून त्याने त्या पिल्लेसमोर ठेवल्या. पिल्लेने अगदी लक्षपूर्वक ते स्टेटमेंट वाचले. वाचतावाचता तो रीडरला काही प्रश्न करीत होता. एक-दोन चुकांची दुरुस्ती झाली.

मग त्याने ते कागद माझ्यापुढे ठेवले. मी मुकाट्याने प्रत्येक पानावर सही केली. शेवटच्या पानावर सही करुन माझे नाव, पत्ता, पॅनकार्ड नंबर वगैरे लिहिले. पिल्लेने माझी दोन व्हिजिटिंग कार्ड्स मागून घेतली. प्रत्येक प्रतीला त्याने ती चिकटवली.

पिल्लेच्या टेलिफोनवरून मी हॉटेलला फोन केला. आई आणि बाबा उद्या सकाळच्या विमानाने येणार असा निरोप होता. त्यांच्यासाठी रुम बुक केल्या. पिल्लेला त्याप्रमाणे सांगितले.

''देअर इज नथिंग दॅट वी कॅन डू टुडे. यू कॅन गो टु युवर हॉटेल नाऊ. बट डू नॉट लीव्ह टाऊन. अनटिल दि कॉरोनर्स एन्क्वायरी ईज ओव्हर.''

●●●

केव्हा तरी बेअररने बीअरची आणखी एक बाटली आणली होती. केव्हातरी मी ती पिऊन टाकली होती.

त्या बारमध्ये मी तासभर बसलो होतो. माझ्या आणि नंदनच्या सहजीवनाचा सगळा चित्रपट वेगाने उलगडून गेला होता. काल संध्याकाळपासूनचा भाग मात्र अगदी स्लो मोशनमध्ये दिसला होता.

रात्रभर आणि दिवसभर तपास करून पिल्लेला नंदनच्या मृत्यूचे गूढ उलगडले नव्हते. त्याने पुन:पुन: मला सांगितले होते–

''एखाद्या राक्षसी पकडीमध्ये तुझा मित्र चुरडला गेला. त्याच्या बरगड्या आतल्या आत तुटल्या. आतल्या अवयवांत भाल्यासारख्या घुसल्या. फुप्फुसे फाटली. रक्त साखळून, श्वास बंद होऊन तो मेला. त्याचे ओठ फाटलेले होते. दात पडले होते. जणू काही कुणी त्याच्यावर लोखंडाच्या काठीने प्रहार केला होता.

''कुठल्याही हाडामासांच्या मानवामध्ये एवढी शक्ती असू शकत नाही. तिथे यंत्र नव्हते. तिथे वाहन जाऊ शकत नव्हते.

''आणि एक गूढ. ती मूर्ती आणि बॉडीच्यामध्ये सहा ते आठ फूट अंतर होते. मग मयताचे रक्त त्या मूर्तीवर कसे सांडले आणि त्या दगडी मूर्तीच्या कोरलेल्या पैंजणात मयताच्या कपड्यांचे धागे कसे अडकले?

''प्रत्यक्षदर्शी साक्षीदार कुणी नाही. खून केल्याचे हत्यार नाही. खून अनाकलनीय पद्धतीने झाला आहे.

''त्या मंडपात तुझे वागणे मी पाहत होतो. तुला काहीतरी कळले आहे, असे मला वाटते आहे. पण तू सांगायला तयार नाहीस.''

मी त्याला काय सांगणार होतो?

काय झाले ते मला कळले होते. नंदनला झाडांशी बोलता येते, हे मला

थेऊरच्या टेकडीवर कळले होते. त्याने गूढविद्येचा अभ्यास केला होता. केव्हातरी, त्याला निर्जीव मूर्तींशी संभाषण करायची विद्या अवगत झाली होती.

सगळ्या मूर्ती निर्जीव नसतात. वाममार्गाच्या शिल्पकारांनी घडवलेल्या मूर्तीत जीव असतो. योगिनींच्या लक्षणांवर बेतलेल्या अशा मूर्तीत योगिनींचा संचार असतो. अघोरी साधना करणाऱ्यांशी अशा मूर्ती संवाद साधतात. त्यांना शक्ती देतात. जो साधक त्यांना प्रसन्न करेल, त्याला त्याचे ईप्सित त्या देतात.

त्या मंडपातल्या योगिनींच्या मूर्ती सचेत होत्या. माझ्यासारख्या अनभिज्ञाला पण त्याची जाणीव झालेली होती. नंदन तर साधकच होता. त्याने त्या सहाव्या मूर्तीशी संपर्क केला. तिला प्रसन्न करून घेतले. त्याने त्याची इच्छा तिला सांगितली. ती काही बोलली नाही. आजूबाजूच्या योगिनींना मौज वाटली.

हॉटेलच्या खोलीत आल्यावर त्याने आपली साधनेची साधने काढली. विशिष्ट मंत्र म्हणून त्याने त्या योगिनीला आवाहन केले. तिने नकार दिला. सगळ्या कवड्या उपड्या पडल्या. मग नंदनने पुन्हा तिची विनवणी केली. पुन्हा त्याने कवड्या फेकल्या. या वेळी कवड्या उताण्या पडल्या. स्त्रीच्या गुप्तांगाचे ते प्रतीक पाहून नंदन खुलला. ती योगिनी आणि तिच्या सख्या हसल्या. ते हसू मला पण ऐकू आले होते.

खजुराहोची एक मूर्ती नंदनच्या मनात कायम बसलेली होती. नायिकेने आपली मिठी नायकाला घातलेली आहे. वर मान करून ती त्याचे चुंबन घेते आहे. नायकाने आपल्या डाव्या हाताने तिच्या नितंबाला धरून तिला हलकेच वर उचललेले आहे. डाव्या पायाने तिने त्याला विळखा घातलेला आहे. तिची डावी टाच त्याच्या उजव्या नितंबावर आहे. त्या पायाच्या दाबाने नायकाचे पुरुषत्व नायिकेत शिरलेले आहे.

अगदी त्याच तऱ्हेने नंदनला त्या योगिनीशी संभोग करायचा होता. नंदन त्या रात्री त्या मंडपात गेला. त्या मूर्तीसमोर उभा राहिला. त्याने आपल्या मंत्राने त्या सचेत मूर्तीला सजीव केले. त्याची इच्छा तिला माहीत होती. त्याच्याशी संभोग करायला ती तयार होती.

आपल्या चबुतऱ्यावरून उतरून ती खाली आली. तिने नंदनला मिठी मारली. वर मान करून त्याचे चुंबन घेतले. आपल्या डाव्या पायाने तिने त्याला मिठी घातली. सुरताला आतुरलेल्या तिला आता नंदनकडून उत्तराची आस होती.

पण ती सजीव झालेली मूर्ती दगडाचीच राहिली. तिने मिठी घातल्यावर हाडामांसाचा नंदन तुटला. तिने चुंबन घ्यायच्या आधीच तो मेला होता. तिने उघडलेले स्त्रीत्व त्याला कळलेच नव्हते.

नंदनचा प्राण त्याचे शरीर सोडून गेला. तिच्याशी झालेला त्याचा संपर्क

तुटला. निराश झालेली ती आपल्या चबुतऱ्यावर जाऊन पुन्हा उभी राहिली. त्याचे रक्त तिच्या ओठांना लागले होते. त्याच्या तोंडातून पडलेल्या रक्ताच्या गुळणीने तिचे खांदे भिजले होते. त्याच्या कपड्यांचे धागे तिच्या पैंजणात अडकले होते.

नंदन म्हणाला होता– 'बस एकदाच मला अशी नायिका भेटू दे, तिच्याशी माझा संग होऊ दे. मग मला मरण आले तरी चालेल.'

तशी नायिका त्याला भेटली. त्याला मरण आले.

पण त्याची संभोगाची इच्छा मात्र पूर्ण झाली नाही.

डोळ्यासमोर व्हावा असा तो प्रसंग मला जाणवत होता. पण मी इन्स्पेक्टर पिल्लेला काय सांगणार होतो?

खोलीच्या झडतीत पोलिसांना साधनेचे सामान मिळालेच असेल. पण त्यावरून त्यांना हा निष्कर्ष काढता येईल?

अनैसर्गिक, पारलौकिक गोष्टी संभव असल्या, तरी त्या आपल्या जीवनात घडत नसतात. माणसांनी माणसांसाठी घडवलेल्या कायद्यांत देवांना, पिशाचांना किंवा योगिनींना जागा नसते.

उद्या मला परत पोलिस स्टेशनला जायचे आहे. इन्स्पेक्टर पिल्ले पुन्हा मला तेच प्रश्न विचारेल. त्याला मी काय सांगू?

आईबाबा उद्या येतील. काय झालं ते विचारतील. त्यांना मी काय सांगू?

ज्याची आस पुरलेली नसते, त्याचा आत्मा पृथ्वीवर भटकत राहतो, असे म्हणतात. त्याचे भूत त्याच्या सग्यांना, मित्रांना दिसते असे म्हणतात.

आज रात्री येईल का नंदन मला भेटायला?

***

६.
वंचना

उष:काल. झाला होता. सरयू नदी संथ गतीने वाहत होती. दोन्ही तीरांवर वसलेल्या आश्रमातून वेदघोष ऐकू येत होता. मंद वाऱ्याने झाडांची पाने हालत होती. मधुर आवाज करीत पक्षी उडत होते.

स्नान करून दाशरथी राम सरयूच्या प्रवाहात उभा राहिला. प्रात:संध्या, गायत्रीजप उरकून उगवत्या सूर्याला त्याने अर्घ्य दिले. इष्टदेवतांचे स्मरण करून राम वर आला.

सर्व आन्हिके उरकून लक्ष्मण रामाच्या आधीच तयार झाला होता. राम वर आल्यावर लक्ष्मणाने त्याला दंडवत घातले. रामाने त्याला उठवून आलिंगन दिले. थोड्या अंतरावर ब्रह्मर्षी विश्वामित्र ध्यानावस्थेत बसलेले होते. दोन्ही कुमार त्यांच्यासमोर हात जोडून उभे राहिले. विश्वामित्रांनी डोळे उघडले.

"प्रणाम, आचार्य."

"स्वस्ति, कुमारांनो, तुमचे कल्याण असो. मारीच, सुबाहु आणि तारकेशी झालेल्या संग्रामानंतर तुम्हाला आलेला थकवा दूर झाला ना?"

"गुरुदेव, ते राक्षस तर आपल्या कृद्ध कटाक्षानेच हताहत झाले होते. माझे बाण केवळ निमित्तमात्र होते. आणि त्या राक्षसांच्या वधानंतर आपला हात जेव्हा आमच्या पाठीवर फिरला, तेव्हाच सगळा शीण निघून गेला होता."

"वत्सा, तुझा सदैव विजय असो. जान्हवीच्या तीरावर अनेक मुनी तपस्या करतात. अनेक ऋषींचे आश्रम या पवित्र सरितेच्या काठावर वसलेले आहेत. तारका आणि तिच्या कुटुंबीयांमुळे या सर्वांची साधना खंडित झाली होती. या राक्षसांचा आणि त्यांच्या अनुयायांचा नाश करून तुम्ही दोघांनी पुण्यकृत्य केले आहे. मी तुम्हाला जी अस्त्रे दिली आहेत, त्यामुळे तुम्ही अजय झाला आहात.

"ज्या हेतूने मी तुम्हाला दशरथाच्या साम्राज्यातून घेऊन आलो होतो, तो हेतू आता सिद्ध झाला आहे."

"भगवन्, आपल्या सहवासात आमचे दहा दिवस अत्यंत आनंदात गेले. क्षत्रियाला संग्राम प्रिय असतो. आपल्या कृपेने आम्हाला राक्षसांवर विजय मिळवता आला. आपल्याकडून शस्त्रास्त्रविद्या प्राप्त करून आम्ही कृतार्थ झालो आहोत. आता आम्ही आपली काय सेवा करावी?"

"रामा, तुम्हा दोघा कुमारांना मी मिथिलानगरीला नेणार आहे. तिथला नृप जनक महान योगी आहे. दक्षाच्या यज्ञाचा विध्वंस करताना जे धनुष्य रुद्राच्या हातात होते, ते धनुष्य साक्षात रुद्राने जनकाच्या पूर्वजाला दिले होते. जनकाला एक सुंदर कन्या आहे. तिचे नाव सीता. ती अयोनिसंभव आहे. माता पृथ्वीने ही कन्या जनकाला दिलेली आहे.

"अशा कन्येसाठी जनकाला वीर्यवान जामात हवा आहे. जो कोणी ते शिवधनुष्य त्र्यंबकचाप, सज्ज करेल त्यालाच सीतेचे पाणिग्रहण करता येईल.

"आजपर्यंत शेकडो वीरांनी प्रयत्न केला. पण ते धनुष्य कुणालाच पेलले नाही. आपली कन्या कुमारिकाच राहील, असे भय आता जनकाला ग्रासते आहे.

"हे बलशाली रामा, ते धनुष्य तू धारण करावेस आणि सीतेचे पाणिग्रहण करावेस, याच हेतूने मी तुम्हाला मिथिलानगरीस घेऊन जात आहे."

● ● ●

त्या रात्री कुमारांनी आणि ब्रह्मर्षी विश्वामित्रांनी शोण नदीच्या किनारी वास्तव्य केले. ब्राह्ममुहूर्तावर शुचिर्भूत होऊन त्यांनी मिथिलानगरीप्रत प्रयाण केले.

सूर्य मावळतीला आला तेव्हा कुमार मिथिलानगरी समीप आले होते. एका उंच टेकडीच्या शिखरावरून त्यांनी ती नगरी पाहिली. आखीव रस्ते, रस्त्यांच्या दोन्ही बाजूला असलेले प्रासाद, ठिकठिकाणी बांधलेल्या पुष्करिणी, उद्याने, रस्त्यांवरून लगबगीने जाणारे नागरिक.

टेकडी उतरताना एक आश्रम कुमारांना दिसला. त्याचा परिसर स्वच्छ होता. तिथले वृक्ष, लता उत्तम रीतीने संगोपन केलेले होते. पण त्या आश्रमात कुणीच नव्हते.

"गुरुदेव, आपल्याला रस्त्यात अनेक आश्रम लागले. ठिकठिकाणी यज्ञयाग चालले होते. आश्रमांत गाईगुरे होती. ऋषिमुनी होते. त्यांचे शिष्य होते. वेदघोष कायम चाललेला होता. पण हा आश्रम तर निर्मनुष्य दिसतो आहे. सगळीकडे शांतता नांदते आहे. इतकी झाडे आहेत, पण त्यांच्यावर एकही पक्षी नाही. वारा वाहतो आहे, पण झाडांच्या पानांची सळसळ ऐकू येत नाही. परंतु आश्रमात जाग आहे, असे वाटते. आश्रम स्वच्छ आहे. सडा घातलेला आहे. तुलसी वृंदावनासमोर रांगोळी काढलेली आहे. हा काय चमत्कार आहे ते सांगावे, भगवन्."

''सौमित्रा, तुझे निरीक्षण बरोबर आहे. हा आश्रम महात्मा गौतममुनींचा आहे, ते आणि त्यांची पत्नी, साध्वी अहल्या इथे अनेक संवत्सर वास करून होते.''

विश्वामित्र स्तब्ध झाले. कुठल्यातरी आठवणीत ते हरवले होते. पण लक्ष्मणाचे कुतूहल जागृत झाले होते.

''भगवन्, या पवित्र जागी अनेक महर्षी वास्तव्य करून आहेत. आपल्या तोंडून आणि भगवान वसिष्ठांच्या तोंडून आम्ही त्यातल्या पुष्कळ मुनींची महती ऐकलेली आहे. पण भगवान गौतम आणि साध्वी अहल्या यांच्याबद्दल आम्हाला काहीच माहिती नाही. भगवन, कृपा करून आम्हाला त्यांच्याविषयी सांगावे.''

''सौमित्रा, तुझी ज्ञानलालसा अपार आहे. मुनी गौतम हे गोतम ऋषींचे चिरंजीव. गोतम ऋषी एक वैदिक सूक्तद्रष्टा आचार्य होऊन गेले. ऋग्वेदाच्या प्रथम मंडलातील वीस सूक्ते यांनी रचलेली आहेत. नवव्या आणि दहाव्या मंडलातही त्यांनी रचलेल्या ऋचा आहेत.

''आपल्या पित्याची प्रतिभा आणि प्रज्ञा गौतमांना मिळाली. साक्षात ब्रह्मदेवाने त्यांना संथा दिली होती.

''त्यांचे तप:सामर्थ्य विराट आहे. धनुर्वेदाचे ते अध्वर्यु आहेत. भगवान परशुरामांप्रमाणेच शत्रूचा विनाश ते शापाने अथवा शराने करू शकतात. इंद्रियदमनात ते साक्षात भगवान रुद्र आहेत. वैवस्वत मन्वंतरातल्या सप्तर्षींतले ते एक आहेत.

''साध्वी अहल्येचा कुलवृत्तांतही असाच देदीप्यमान आहे. दक्षप्रजापतीची कन्या प्राधाचा विवाह महर्षी कश्यपांशी झाला. तिचे तेवीस पुत्र गंधर्व झाले आणि तिच्या एकवीस कन्या अप्सरा झाल्या. मेनका त्यांच्यातलीच एक. भृगुकुलोत्पन्न ऋषी मुद्गल वध्र्यश्व आणि अप्सरा मेनका यांची कन्या अहल्या. साक्षात ब्रह्मदेवांनी हिला आपली कन्या मानली. आणि तिचा विवाह मुनी गौतमांशी करून दिला. ऋषिपत्नी म्हणून तिने आपले कर्तव्य पाळले. पण देवराज इंद्रामुळे तिच्या संसाराला ग्रहण लागले.''

●●●

इंद्रसभेत प्रवेश केल्यावर चित्रसेनाला जाणवले, की देवराज इंद्र उदास होता.

''देवेंद्रा, आज आपण चिंताग्रस्त दिसता आहात. असुरांनी पुन्हा उठाव केला आहे का? इंद्रलोकावर इतर काही संकट येणार आहे का?''

''चित्रसेना, इंद्रपदाची इच्छा धरणारे अनेक मानव आहेत. तपश्चर्या करून इंद्रपद मिळवण्याची ते कामना करतात. मी त्यांच्यावर नेहमी लक्ष ठेवून असतो. त्यांचे तप:सामर्थ्य कसे कमी करता येईल याचा मी विचार करतो.

"सुदैवाने मानवाला दोन मोठे शत्रू आहेत. अभिमान आणि वासना. मला स्थानभ्रष्ट करून नहुष इंद्रपदी बसला होता. त्याच्या अभिमानाने त्याला भ्रष्ट केले. कित्येक ऋषींची तपस्या मी त्यांची कामभावना चाळवून भ्रष्ट केलेली आहे. विश्वामित्र, शरद्वान, त्रिशिरा या सर्व तप:संपन्न ऋषींना माझ्या अप्सरांनीच मोहित करून पथभ्रष्ट केले होते.

"भृगुऋषींचा प्रपौत्र मुद्गल इंद्रपदाच्या जवळ पोचत आहे. चित्रसेना, मेनकेला पृथ्वीतलावर लगेच पाठव. आणि कामदेवाला तिच्याबरोबर जायला सांग."

"जशी आज्ञा, देवेंद्र."

जान्हवी आणि सरयूच्या संगमस्थानी एका उंच शिळेवर मुद्गलमुनी बसले होते. पाच सहस्र वर्षे केवळ वायुभक्षण करून ते राहिले होते. त्यांच्या तेजामुळे सूर्य अस्ताला गेला, तरी आजूबाजू प्रकाशमान राहत असे.

अशरीरी कामदेवाने मदनशरांचे संधान ऋषींवर केले. वैश्विक शक्तीशी एकरूप झालेला त्यांचा आत्मा विचलित झाला. ऋषींचे डोळे उघडले. जलक्रीडा करून नदीच्या बाहेर निघणाऱ्या मेनकेचे ओलेते अंग ऋषींनी पाहिले. कामदेवाचा बाण पुन्हा एकदा लक्ष्यभेद करून गेला.

मेनका मुद्गलासमोर नतमस्तक झाली.

"हे सुंदरी, तू कोण आहेस. ह्या निर्जन स्थळी तू काय करते आहेस?"

"हे महामुने, मी मेनका नावाची अप्सरा आहे. तुमच्या घोर तपस्येमुळे प्रसन्न होऊन देवेंद्रांनी मला तुमच्या सेवेसाठी पाठवले आहे."

आपल्या प्रभावाने मेनकेने ऋषींचा आश्रम प्रासादतुल्य बनवला. विविध खाद्यपेयांचा समाचार घेत घेत मुद्गल ऋषी आणि मेनकेचा प्रणय उत्तरोत्तर रंगत गेला.

एक संवत्सर उलटले.

एक दिवस सकाळी मेनका हातात एक नवजात बालिका घेऊन आली.

"स्वामी, ही आपली कन्या. हिचा आता आपण संभाळ करावा. मला आता स्वर्गात परत गेले पाहिजे."

"पण देवी, ही कन्या कशी आली? मला तर तुझ्यात मातृत्वाची पूर्वलक्षणे दिसली नव्हती."

"स्वामी, अप्सरांचे मानवांसारखे नसते. अप्सरांच्यात संभव आणि प्रसूती यांच्यामध्ये एक-दोन घटिकांचेच अंतर असते. अप्सरा चिरयौवना असतात. त्या कधीच वृद्ध होत नाहीत. अप्सरांना नाती-गोती नसतात. अप्सरा सदाकुमारी असतात. या कन्येला जन्म देऊनही मी अक्षतयोनी आहे.

"प्रणाम, स्वामी.''

मेनका इंद्रलोकात परतली.

लहान कन्येचा सांभाळ करणे मुनींना अशक्य होते. उरलेल्या तपोबलाने तिला बरोबर घेऊन मुद्गल ब्रह्मलोकी गेले.

"प्रणाम, ब्रह्मदेव.''

"कल्याणमस्तु, मुनिवर. ही कन्यका कुणाची?''

मान खाली घालून मुद्गलाने घडलेली घटना सांगितली. ब्रह्मदेव गालात हसले. मानवाच्या स्खलनशीलतेचे हे काही पहिलेच उदाहरण नव्हते.

"हे मुद्गला, ही कन्या मला अत्यंत प्रिय आहे. तू निःशंक मनाने पृथ्वीवर जा आणि पुन्हा तपस्या कर. जिच्यात कुरूपतेचा लवलेशही नाही अशा या बालिकेचे मी "अहल्या'' असे नाव ठेवतो. आजपासून ही माझी दुहिता आहे.''

●●●

चंद्रकलेसारखी अहल्या वाढू लागली. सौंदर्य, बुद्धिमत्ता आणि शालीनता यांचा अपूर्व संगम तिच्यात होता. अहल्या वयात आली तेव्हा देव, गंधर्व, यक्ष, दानव तिच्या पाणिग्रहणासाठी आसुसले होते. साक्षात इंद्राने तिला मागणी घातली होती. तिला कसा पती हवा होता, ते ब्रह्मदेवाला जाणून घ्यायचे होते.

"पुत्री, तू आता विवाहास योग्य झाली आहेस. मानव, दानव, सुरगण तुझ्या प्राप्तीची कामना धरून आहेत. तुला पती कसा हवा?''

"तात, सर्व देव फक्त सोमपानात बुडालेले असतात. त्यांचा स्वामी इंद्र सदैव अप्सरांच्या सान्निध्यात असतो. दानवांचे कार्य मला रुचत नाही. मानवांच्यात क्षात्रतेजापेक्षा ब्रह्मतेजाचे आकर्षण मला आहे. पती म्हणून मी एखादा ब्रह्मवेत्ता ब्राह्मण पसंत करेन.''

"धन्य आहेस तू अहल्ये. इतक्या अल्पवयात इतके प्रगल्भ विचार कुणाचेच नसतात. भृगुकुलोत्पन्न गौतम हाच तुझा पती म्हणून मला योग्य वाटतो आहे. तो तापस आहे. धनुर्वेदवेत्ता आहे. भगवान परशुरामाप्रमाणे तो ब्रह्मक्षत्रिय आहे. दानवांची जेव्हा सरशी होते, तेव्हा देवगण गौतमाला रणांगणावर सेनानायक म्हणून आमंत्रित करतात.''

अहल्येच्या लग्नात सर्व देव, दानव, गंधर्व, विद्याधर, चारण आणि ऋषी आले होते. प्रत्यक्ष ब्रह्मदेवांनी कन्यादान केले. इंद्र रागावलेला होता. आपणच अहल्येला पती म्हणून शोभलो असतो, असे त्याला सारखे वाटत राहिले.

अहल्येचा संसार सुखाचा होता. धनुर्विद्या शिकायला येणारे क्षत्रियकुमार विपुल दक्षिणा देत. आश्रमाच्या प्रत्येक अंगावर अहल्येचे बारीक लक्ष असे. अगदी साध्या

वेषातसुद्धा तिचे सौंदर्य खुलून दिसत असे. गौतम जितेंद्रिय होते. ऋतुमती पत्नीला भोग देणे हे ऋषी कर्तव्य ते पार पाडत. अहल्येला पण कामाची आसक्ती नव्हती. त्यामुळे आर्ष पद्धतीत ती समाधानी होती.

तिला गौतमासारखाच तेजस्वी पुत्र झाला. त्याचे नाव शरद्वान ठेवले. अध्ययन संपवून त्याने भारतभर तीर्थयात्रा केली. इतर ऋषींकडून ज्ञान संपादन केले. मिथिलानरेश जनकाने त्याला सन्मानाने बोलावून राजपुरोहित केले. अहल्येची मुलगी चन्द्रवती तिच्यासारखीच सुंदर आणि बुद्धिमान होती. तिचा विवाह गौतमाचा पट्टशिष्य उत्तंक याच्याशी झालेला होता.

एक दिवस इंद्र आश्रमात आला. गौतममुनी बाहेर गेले होते. अहल्येने आसन, पाद्य, अर्घ्य देऊन इंद्राचे स्वागत केले. इंद्र अनिमिष दृष्टीने तिच्याकडे पाहत राहिला. अहल्या स्थिरचित्ताने त्याच्यापुढे उभी होती.

ऋषींचे आगमन झाले, तसा देवेंद्र गडबडीने उठला. गौतमांना प्रणाम करून उभा राहिला.

''देवेंद्र, आपले स्वागत असो. देवलोकांत सर्व कुशल आहे ना? आपली पत्नी शची सुखात आहे ना? आपले पुत्र जयंत, ऋषभ आणि मीढूष आपल्यासारखेच पराक्रमी आहेत ना?''

''मुनिवर, सर्व कुशल आहे, परंतु देवलोकावर एक अरिष्ट येऊ घातले आहे. वृत्रासुराच्या वधानंतर त्याचा पुत्र मेहूषण खडतर तपश्चर्या करत होता. त्याने भगवान शंकरांना प्रसन्न करून देवांपासून अजेयत्वाचा वर मिळवला आहे. प्रचंड राक्षससैन्य घेऊन तो देवलोकावर स्वारी करायला निघाला आहे.

''भगवन आपल्यासारखा शस्त्रवेत्ता तिन्ही लोकांत शोधून सापडणार नाही. आपण साक्षात भगवान परशुराम आहात. देवलोकावरचे संकट फक्त आपणच दूर करू शकाल.

''आचार्य, आपण देवसेनेचे अधिपत्य करावे, ही माझी प्रार्थना आहे. तो दानव महाबलशाली असला, तरी द्वंद्वयुद्धात आपण त्याचा सहज वध कराल. आचार्य सकलदेवतागण आपला कायमचा ऋणी राहील.''

● ● ●

सुस्नात, सशस्त्र गौतमांना अहल्येने ओवाळले. तिच्या डोळ्यांत अश्रू होते.

''देवी, समरावर जाणाऱ्या योद्ध्याला सस्मित पाठवायची वीरांगनांची रीत असते. आपल्या डोळ्यांत अश्रू का?''

''स्वामी, हे आनंदाचे अश्रू आहेत. रणधुरंधर देवांना जो शत्रू दु:सह वाटतो,

त्याचा माझे स्वामी एका क्षणात नाश करतील या कल्पनेने माझ्या अंगावर रोमांच उभे राहतात आणि डोळ्यांत अश्रू येतात.''

''देवी, हे प्रिय भाषण ऐकून मला अधिकच स्फुरण चढले आहे.''

इंद्राने पाठवलेल्या रथावर आरूढ होऊन गौतम रणांगणावर गेले.

गौतमांच्या आधिपत्याखाली देवसेना चेवाने चढली. मेहूषण आणि गौतम यांच्या द्वंद्वात दोघेही जबर जखमी झाले. मेहूषणाचा सारथी त्याचा रथ वळवून त्याला सुरक्षित स्थळी घेऊन गेला. गौतमांचा जयजयकार झाला.

पण गौतमांना जबर जखमा झाल्या होत्या. अश्विनीकुमारांनी त्यांच्या जखमा बांधल्या आणि एक आठवडा बिछान्यावरून उठायचे नाही, असे सांगितले.

''कुमारांनो, मी अग्रभागी नसतो तर देवसेना कच खाईल. मेहूषण दुप्पट जोराने परत येईल. देवसेनेचा संहार करेल.''

''आचार्य, जर आपण या अवस्थेत एक घटिका जरी रथावर आरूढ झालात, तर आपल्या जखमा उघडतील आणि मग आम्ही आपल्याला वाचवू शकणार नाही.''

देवराज इंद्र हा संवाद ऐकत होता.

''क्षमस्व आचार्य, मला एक उपाय सुचतो आहे. आपण या गुप्त स्थळी विश्राम करा. कुमार तुमच्या बरोबरच राहतील. आपला वेष धारण करून मीच देवसेनेच्या अग्रभागी राहतो.''

इंद्राचा उपाय सगळ्यांना पटला. वेषांतरात पटाईत असलेला इंद्र हा गौतम नाही, हे कुणालाच कळले नाही.

दिवसभर इंद्र रणांगणावर वावरला. सूर्य मावळला. इंद्राला अहल्येची मूर्ती सारखी आठवत होती. मनोवेगाने तो गौतमांच्या आश्रमात गेला.

स्नान करून, संध्यावंदन करून एकवस्त्रा अहल्या आपल्या पर्णकुटीत आली. इंद्राने तिला मागाहून मिठीत घेतले. तिने क्षणभर धडपड केली. मान वळवून पाहिल्यावर तिला गौतमांचा चेहरा दिसला.

''स्वामी! आपण?''

इंद्राचे ओठ तिच्या मानेवर टेकले. तिच्या कानांच्या पाळ्यांना चुंबून केले. तिला वळवून त्याने तिला कवेत घेतले. त्याचे उष्ण ओठ तिच्या अधरांवर टेकले. त्याचे हात तिच्या पाठीवरून फिरत फिरत खाली गेले.

''अहल्ये, प्रिये, आज रणांगणावर मला तुझी फार आठवण आली. देवेंद्राला आधिपत्य देऊन मी सरळ आश्रमात आलो.''

''पण स्वामी...''

तिचे ओठ आपल्या ओठांनी बंद करून इंद्राने अहल्येला उचलले. शय्येवर ठेवले. तिचे अनावृत्त स्तन त्याला चाळवून गेले. आवेगाने तो तिच्यावर झुकला. तिच्या वस्त्राचा अडथळा त्याने हलक्या हाताने दूर केला. त्याचे सराईत हात तिच्या अंगप्रत्यंगावर फिरले. तितक्याच आवेगाने अहल्येचे अंग त्याला सामावून घ्यायला वर आले.

रतिक्रीडेत निपुण असलेल्या इंद्राने अहल्येला अनेक प्रकारांनी रिझविले. दोन प्रहरांनंतर कामरसात चिंब भिजलेल्या अहल्येने डोळे उघडले.

तिच्याभोवती घातलेली मिठी सैल करत इंद्र म्हणाला,

"प्रिये, अहल्ये, आता मला पुन्हा समरांगणावर जायला हवे."

"होय देवेंद्रा. माझे पती गौतम इकडेच येत आहेत. ते इथे पोचण्याआधी तू इथून निघून जा. नाहीतर त्यांच्या क्रोधापुढे तुझे काय होईल, ते सांगता येत नाही."

क्षणभर इंद्र अवाक् झाला.

"म्हणजे? अहल्ये, मी गौतम नाही हे तुला कळले होते?"

"होय, इंद्रा. आज साठ वर्षे मी गौतमांची भार्या आहे. तुझा श्वास माझ्या मानेवर आला, तेव्हाच मी तुला ओळखले होते. आणि ब्रह्मज्ञ ऋषी कधीच कामातुर होऊन संभोग करत नाहीत. ऋषिमुनी भार्येच्या ठिकाणी गर्भसंभव करण्याचा गृहस्थधर्म म्हणून कामाचा अवलंब करतात. आणि शिवाय क्षात्रधर्माची दीक्षा घेतलेला मुनी समराच्या अंतापर्यंत ब्रह्मचर्य पाळतो. तू गौतम नाहीस, हे तुझा स्पर्श झाल्यावरच मला कळले होते."

"मग तू मला भोग कसा दिलास? तुझ्याशी प्रतारणा करणाऱ्या कुणालाही तू शापाने भस्म करू शकतेस."

"देवेंद्रा, मी मानव आहे. स्खलनशील आहे. मोठे मोठे मुनी कामाच्या प्रलोभनाने आपले तप:सामर्थ्य हरवून बसलेले आहेत. मलाही मोह झाला. एक ऋषिपत्नी म्हणून मी एखाद्या व्रताप्रमाणे कामाचरण केले, एका देवपत्नीला सुखाचा आनंद कसा लुटता येतो, ते मला अनुभवयाचे होते. देवेंद्रा, तू त्वरा कर. इथून निघून जा."

आपली वस्त्रे सावरत इंद्र वळला. पर्णकुटीच्या दरवाजात गौतम ऋषी उभे होते. आपल्या वेषातला इंद्र आणि प्रणयाने क्लांत झालेली विवस्त्र अहल्या त्यांना दिसली.

क्रोधाने गौतमांचे नेत्र आरक्त झाले. इंद्र भयाने थरथर कापू लागला. अहल्या घाईने उठली. आपले वस्त्र तिने आवरून घेतले.

''हे अधम इंद्रा, छल आणि कपट करून तू माझ्या पत्नीला फसवलेस. तू कृतघ्न आहेस. तुला आता मी दंड करतो.

''तू माझ्या पत्नीवर बलात्कार केलास. तुझे वृषण गळून पडेल. तू क्लीब होशील. यापुढे तुला कुठल्याच स्त्रीशी संगत करता येणार नाही. षंढ म्हणून तुला आयुष्य घालवावे लागेल.

''सुंदर वस्त्रांनी आणि आभूषणांनी तू आपली काया नटवलीस आणि माझ्या पत्नीला भुरळ घातलीस. ती काया आता नष्ट होईल. तुझ्य अंगाला क्षते पडतील. त्यातून सतत पू वाहत राहील. त्याचा दुर्गंध दहा योजनांपर्यंत फैलावेल. तुझ्या जवळ कुणीही राहू शकणार नाही.

''तुझ्या शरीरासारखीच तुझी कीर्ती पण भ्रष्ट होईल. वेदांमध्ये पण तुझा उल्लेख 'अहल्येशी जारकर्म करणारा इंद्र' असाच होईल.''

''क्षमा करा मुनिवर, क्षमा करा.''

इंद्र गुडघे टेकून गौतम मुनींपुढे बसला. त्याचे वृषण गळून जमिनीवर पडले. त्याच्या अंगाला सहस्र क्षते पडाली. त्यातून पू वाहू लागला. तो दुर्गंध पर्णकुटीत पसरला.

कष्टाने इंद्र उठला. धडपडत बाहेर गेला.

अहल्या मान खाली घालून उभी होती.

''अहल्ये, तुला फसवणाऱ्या इंद्राला मी शासन केले आहे.''

''आणि स्वामी, माझे काय? मी पण आपल्याशी प्रतारणा केली आहे. तो आपण नसून इंद्र आहे हे मला कळले होते; पण मोहाला बळी पडून मी त्याला विरोध केला नाही. स्वामी मी अपराधी आहे. मलाही दंड मिळायला हवा.''

गौतम क्षणभर स्तब्ध झाले.

''अहल्ये, शुद्ध बुद्धीने जो पश्चाताप करतो; तो पापापासून मुक्त होतो. असे शास्त्रवचन आहे. वासना ही फार मोठी शक्ती आहे. तिच्या अमलाखाली आलेला मानव किंवा देव तारतम्य हरवून बसतो. ज्याप्रमाणे तपोबल हरवून बसलेला ऋषी पुन्हा साधनेला बसतो, त्याचप्रमाणे ज्याच्या हातून पाप घडलेले आहे, त्याने त्याच्या क्षालनासाठीही तप करावे. हे अहल्ये, ब्रह्मदेवांनी तुझे नामकरण केले तेव्हा तू कधीच मलिन होणार नाहीस, अशी त्यांची धारणा होती. जसा मलिन कपडा वारंवार धुऊन स्वच्छ होतो, तसेच पापाचे प्रायश्चित्त पुष्कळ वेळापर्यंत घेतले, की पापापासून मुक्ती मिळते.

''अहल्ये, माझ्या तपोबलाचा क्षय झालेला आहे. तुला पापाचे क्षालन करावयाचे

आहे. मी हिमालयात साधना करण्यासाठी जात आहे. तू येथेच, याच आश्रमात राहा. तू कुणाच्याही दृष्टीला न पडता येथे साधना करीत राहा.

"आजपासून साठ सहस्र वर्षांनंतर प्रभु विष्णू मानव अवतार धारण करून येथे येतील. त्यांच्या दर्शनाने आपण दोघेही धन्य होऊ आणि मग पुन्हा आपले सहजीवन सुरू करू.

अहल्ये, तुझे कल्याण असो."

नतमस्तक अहल्येला पर्णकुटीत सोडून गौतम मुनी हिमालयात गेले.

●●●

ऐकलेल्या कथेवर राम आणि लक्ष्मण मनन करत होते. मग लक्ष्मण म्हणाला,

"भगवन, मारीच वधाच्या वेळी झालेल्या यज्ञामध्ये आपण देवांना हविर्भाग देत होतात. तेव्हा इंद्राने तिथे प्रकट होऊन आपला हविर्भाग स्वीकारला होता. देवेंद्र पूर्णत: कांतिमान होता. हे कसे झाले ? मुनी गौतमांनी त्याला उ:शाप दिला होता का ?

"नाही, सौमित्रा. हा इंद्र अत्यंत कपटी आहे. असत्य भाषण करणे आणि त्यायोगे स्वार्थ साधणे यात तो प्रवीण आहे. अंगावर सहस्र क्षते पडलेला तो षंढ इंद्र आश्रमातून सरळ अमरावतीला गेला."

●●●

अमरावतीच्या आपल्या प्रासादात इंद्र तळमळत मंचकावर पडला होता. इंद्रपत्नी शची आत आली. आणि सर्वत्र पसरलेल्या दुर्गंधामुळे दाराजवळच थबकून राहिली.

"स्वामी, काय झाले ? आपल्या अंगावर हे व्रण कसे आले?"

शचीला सत्य सांगण्याची आवश्यकता इंद्राला वाटली नव्हती. पण काहीतरी सांगणे भागच होते.

"देवी, मुनी गौतम आणि मी यांच्यात दानवांशी चाललेल्या युद्धाच्या व्यूहरचनेवरून वाद झाला. आणि त्यांनी रागाने मला शाप दिला. त्यामुळे माझी ही अवस्था झाली आहे."

"स्वामी, आपण अश्विनीकुमारांना आमंत्रण करा. ते लगेच उपाययोजना करतील."

अश्विनीकुमार अवतरले. वैद्य असल्यामुळे त्यांना दुर्गंधीची सवय होती. त्यांनी जवळ जाऊन देवेंद्राला तपासले.

"कुमारांनो, माझ्या व्रणांसाठी तर तुम्ही मला मलम द्यालच; पण त्याआधी मला नवीन वृषण लावून द्या."

"देवेंद्र, क्षमा असावी. पण हे काम आमच्या कुवतीच्या बाहेर आहे."

''असे का म्हणता कुमारांनो? युद्धात पाय तुटलेल्या एका देवाला तुम्ही धातूचा पाय बसवून दिला होतात. गौतमशिष्य उद्दालकाला तुम्ही नवीन डोळे बसवून दिले. च्यवनमुनींना तुम्ही नवतरुण केलेत. मग मला नवीन वृषण लावायला तुम्हाला काय विकल्प आहे?''

अश्विनीकुमार खाली मान घालून स्तब्ध उभे राहिले. इंद्र क्षुब्ध झाला.

''कृतघ्न कुमारांनो, मी तुम्हाला यज्ञामध्ये सोमपान करण्याची अनुज्ञा दिली, हे तुम्ही विसरलात काय?''

''क्षमा असावी देवेंद्र. आम्हाला सोमपान हविर्भाग मिळू नये, अशी आपली आज्ञा होती. ब्रह्मर्षी च्यवनमुनींनी आपले स्तंभन करून आपल्याला भक्षण करण्यासाठी मद नावाच्या राक्षसाची निर्मिती केली होती. प्राणभयास्तव आपण मुनींची क्षमा मागून आम्हाला देवसभेत सोमपानाची अनुमती दिलीत.

''देवेंद्र, तपस्वी ब्राह्मणाची शक्ती म्हणजे केवळ ब्रह्मतेज. त्यांच्या शापामुळे आपली अशी अवस्था झालेली आहे. त्यांच्याकडे जाऊन आपण उ:शापाची याचना करावीत. आम्ही हतबल आहोत देवेंद्र.''

इंद्राचा अहंकार त्याला आडवा आला.

''गौतमऋषी तपस्या करण्यासाठी हिमालयात गेले आहेत. मला त्यांच्या तपाचा भंग करता येणार नाही. तुम्ही इतर काही उपाय सुचवा.''

''देवराज, आम्हाला एकच उपाय सुचतो आहे. तुम्ही पितरांना शरण जा. या अवस्थेतून तेच तुम्हाला बाहेर काढू शकतात.''

●●●

पितरांच्या उल्लेखाने श्रीरामाला आश्चर्य वाटले.

''पण गुरुदेव, पितृलोकांत तर मृतात्मे राहतात. त्यांना शरण जाण्यात काय अर्थ आहे?''

''वत्सा, पितर हा एक देवतासदृश समूह आहे. भूलोक आणि स्वर्गलोक यांच्या मधोमध पितृलोक आहे. तिथे पितर राहतात. मनुष्यांची निर्मिती पितरांनी केली. पितर अत्यंत सामर्थ्यवान असतात. आपल्या उपासकांचे ते रक्षण करतात. पितृलोकाचा राजा यम आहे. साक्षात देवही पितरांची आराधना करतात. इंद्राला पुन्हा कांतिवान केले ते पितरांच्या अनुग्रहानेच.''

●●●

महर्षि गौतमांच्या आश्रमातून मनोबलाने देवेंद्र पितृलोकी गेला. सर्व देवही त्याच्याबरोबर गेले. त्याची अवस्था पाहून पितर स्तंभित झाले. पण अंतर्ज्ञानाने त्यांना

सत्य कळले.

"देवेंद्रा, ही तुझी अवस्था कुणी केली ? कुठल्या मुनींचा अपराध केलास तू? परस्त्रीची अभिलाषा धरणाऱ्या तुला चांगलीच शिक्षा झाली आहे.''

"हे पितृगण, माझ्यावर दया करा. ऋषी गौतम इंद्रपदाची इच्छा धरून घोर तपस्या करीत होते. त्यांना क्रोध आणून, त्यांना शाप द्यायला भाग पाडून त्यांचे मनोबल हरण करण्यासाठी मला त्यांच्या पत्नीला भ्रष्ट करावे लागले. पण त्याची किंमत मला एवढी भरावी लागली आहे. दया करा, हे पितर हो, माझ्यावर कृपादृष्टी ठेवा.''

पितर एकत्र आले. त्यांनी विचारविनिमय केला. मग ते अग्नीला म्हणाले,

"हे अग्ने, एक वृषणयुक्त मेष घेऊन ये.''

अग्नीने सत्वर एक विशालकाय मेंढा आणला. पितरांनी त्या मेंढ्याचे वृषण काढले आणि ते इंद्राला बसवले. मंत्रसामर्थ्याने त्यांनी इंद्राची कांती पूर्ववत केली.

●●●

दोन्ही कुमार काही क्षण स्तब्ध राहिले. मग राम म्हणाला, "भगवन्, त्या साध्वीचे दर्शन घ्यायची मला उत्कंठा लागलेली आहे.''

"रघुनंदना, मलाही त्या थोर ऋषिपत्नीला वंदन करायचे आहे. चल, आपण आत जाऊ या.''

पर्णकुटीच्या दारात महर्षी विश्वामित्र, राम आणि लक्ष्मण उभे होते.

"देवी, मी गंधारपुत्र विश्वामित्र आपल्याला वंदन करतो आहे. कोशलाधिपती दशरथाचे पुत्र रघुकुलतिलक श्रीराम आणि लक्ष्मण मजसमीप आहेत. आपल्या दर्शनाची अभिलाषा बाळगून आम्ही येथे आलो आहोत. हे श्रेष्ठ निष्कलंक माते, आम्हाला दर्शन दे.''

पर्णकुटीतून एक मंद पण मंजूळ स्वर आला.

"ब्रह्मर्षी विश्वामित्र, आपले स्वागत आहे. द्वापरयुगात रघुकुलातले दोन तेजस्वी बालक या आश्रमात येतील, असे माझे स्वामी मला सांगून गेले होते. कुमारांना घेऊन आत यावे, मुनिवर.''

गुरू विश्वामित्र, श्रीराम आणि लक्ष्मण कुटीत शिरले. मलिन वस्त्र लपेटलेली, सर्वांगाला भस्म लावलेली, पद्मासनात बसलेली अहल्या त्यांना दिसली. राखेने व्याप्त निखाऱ्यासारखे तिचे रूप होते.

"ब्रह्मर्षी, आपल्या दर्शनाने माझा पुण्यसंचय वाढलेला आहे. मी व्रतस्थ असल्याने आपला सत्कार मला करता येत नाही, क्षमस्व.''

''हे देवी, तुझ्या दर्शनाने आम्हीच पावन झालो आहोत. नकळत घडलेल्या पापाचे पण प्रायश्चित्त कसे घ्यावे, याचा धडा तू घालून दिलेला आहेस. हे सुभगे, आजपासून प्रात:स्मरणीय पंचकन्यांत तू अग्रगण्य होशील.''

राम आणि लक्ष्मण यांनी अहल्येला साष्टांग नमस्कार घातला.

''देवी; कोशलाधिपती दशरथाचे आम्ही पुत्र, श्रीराम आणि लक्ष्मण, आपल्याला वंदन करत आहोत.''

''स्वस्ति. तुमच्या हातून मनुष्यांचा आणि देवांचा उद्धार होणार आहे. तुमच्या दर्शनाने मी धन्य झाले आहे.''

सहस्र सौदामिनी एकदम चमकाव्यात असा लखलखाट होऊन गौतम मुनी अवतरले.

''प्रणाम मुनिवर.''

''प्रणाम महर्षि विश्वामित्र.''

''प्रणाम मुनिवर.''

''प्रणाम मुनिवर.''

''स्वस्ति. रघुकुलाला पावन करणाऱ्या कुमारांनो, या आश्रमात तुमचे स्वागत असो.''

''प्रणाम स्वामी.''

''अहल्ये, तुझे कल्याण असो. तुझ्या कठोर तपस्येने साक्षात शिवशंकर प्रसन्न झाले आहेत. तुला पुन्हा गृहस्थाश्रमात आणायची त्यांनी मला आज्ञा केलेली आहे. अहल्ये, ऊठ, शुचिर्भूत हो. आणि या आश्रमाची स्वामिनी म्हणून पुन: आयुष्य सुरू कर.''

''स्वामी, आपले चरण मला पुन्हा मिळाले. मी कृत्यकृत्य झाले आहे.''

महर्षी विश्वामित्रांचे यथाविधि पूजन करून आणि कुमारांना विजयप्राप्तीचा आशीर्वाद देऊन अहल्या आणि गौतमांचा संसार पुन्हा सुरू झाला.

***

www.ingramcontent.com/pod-product-compliance
Lightning Source LLC
Chambersburg PA
CBHW030340030726
47499CB00003B/856
* 9 7 8 8 1 7 2 9 4 9 9 8 3 *